సత్య హరిశ్చంద్రీయము

D1651941

బలిజేపల్లి లక్ష్మీకాంతం

సత్య హరిశ్చంద్రీయము   బలిజేపల్లి లక్ష్మీకాంతం

విషయ సూచిక

ఈ నాటకమున వచ్చు పాత్రములు	3
ద్వితీయాంకము	5
పంచమాంకము	6
షష్ఠాంకము	32

2

ఈ నాటకమున వచ్చు పాత్రములు

పురుషులు

దేవేంద్రుడు

వసిష్ఠుడు

విశ్వామిత్రుడు

నారదుడు

బృహస్పతి

అగస్త్యుడు

గౌతముడు

హరిశ్చంద్రుడు

సత్యకీర్తి

నక్షత్రకుడు

సూతుడు

లోహితాస్యుడు

పింగళకుడు, రోహణకుడు - పౌరులు

రైభ్యుడు

భేతాళుడు

కాలకౌశికుడు

కేశవుడు

జనార్దనుడు

వీరబాహుడు

పరమేశ్వరుడు

సూత్రధారుడు, కంచుకి, వందిమాగధులు, భటులు గొందరు వత్తురు.

స్త్రీలు

చంద్రమతి

మాతంగకన్యలు

కాలకంటకి

పార్వతి

శ్రీరస్తు

సత్య హారిశ్చంద్రీయము

ద్వితీయాంకము

(ఆలోచన మభినయించుచు విశ్వామిత్రుడు ప్రవేశించుచున్నాడు)

దుర్ఘటమైన కార్యము పై వేసికొన్నందుల కనివార్యంబుగా దాని నిర్వహింపవలయును. ఇందు నాకు జయమా పరాజయమా యని ముందు యోజించెద. (ఆలోచించి) హరిశ్చంద్రుండు నా మాయాజాలంబుల బడక యబద్ధమాడకున్నను సాటి రాచపట్టి సత్యకీర్తి ప్రపంచస్థాయిగా నిలుప గారణమైతి నను సంతసంచే నాకు జయం బగు. బొంకెనా వసిష్ఠున కున్నంత సంకటము నాకు లేదు. అయినను (గర్వముతో) విశ్వామిత్రుడ నగు నాకు గూడ నపజయ భయమేటికి?

మ|| క్రతుభుక్సంతతితోడ బోరి, సురలోకం బొందు గల్పించి, ది
వ్యతపశ్శక్తి ద్రిశంకు నం దునిచె నే భ్యవ్యుండు, ప్రాక్సృష్టికిన్
బ్రతిసృష్టిం ఘటియించి బ్రహ్మపద మే రాజర్షి సాధించె, న
ట్టితపోరాశి తలంప వాని కవె వాటిల్లున్ జయారంభముల్.

కావున నే నిప్పుడు హరిశ్చంద్రుని యాస్థానమునకే పోయెదను. (గర్వముతో నిష్క్రమించుచున్నాడు.)

శ్రీరస్తు

సత్య హరిశ్చంద్రీయము

పంచమాంకము

(సతీసుతులతో హరిశ్చంద్రుడు నక్షత్రకుఁడు బ్రవేశించుచున్నారు)

హరి - దేవీ కష్టము లెట్లున్నను, బుణ్యక్షేత్రమైన వారణాశిం దర్శించితిమి. చూడు,

గీ. భక్తయోగ పదన్యాసి వారణాసి
భవదురిత శాత్రవఖరాసి వారణాసి
స్వర్ణదీ తటసంభాసి వారణాసి
పావనక్షేత్రముల వాసి వారణాసి.

నక్షత్రకా! విశ్వేశ్వరుని దర్శించి వత్తము. దేవీ! రమ్ము.

నక్ష - ఇఁక మాయప్పుమాట నీకు దోచదు, పద. (నడచుచున్నారు)

(యవనిక నెత్తఁగా దేవాలయము కాన్పించును. అందఱు విశ్వేశ్వరునకు నమస్కరింతురు)

హరి - (ప్రాంజలియై)

శ్లో॥ ప్రభుస్త్వం దీనానాం ఖలు పరమబంధుః పశుపతే!
ప్రముఖ్యోఽహం తేషామపి కిముత బంధుత్వ మనయోః
త్వయైన క్షంతవ్యా శ్శివ మదపరాధాశ్చ సకలాః
ప్రయత్నా త్కర్తవ్యం మదవన మియం బంధుసరణి.

శా. ఆపద్బంధుఁడ వీవు సామివి గదా! మాలాటి యాపన్నులం

దేపారన్ ప్రముఖుండఁగా మనకుం దండ్రీ? బాంధవం బింక పే
ఙే పల్కం బనిలేదుఁ గాననిఁక నీవే సైఁచి నా నేరముల్
కాపాడం దగు నెట్టులైనఁ నిటులే కాయోగ్యబంధుత్వముల్.

నక్ష - హరిశ్చంద్రా! ఇంకనెంతకాల మిట్లు ముక్కు పట్టుకొని కూర్చుండెదవు? రమ్ము.

చ. అలయక గుళ్ళుగోపురము లన్నియు జూచుచు నప్పుమాటయే
తలపవు చేరువయ్యెనుగదా గడువంచు రవంతయేని లోఁ
దలపవు నా ప్రయాసము వృథాయగుచున్నది వెళ్ళబెట్టుమా
పెలుచన మా ఋణంబు నెగ వేయదలంచిన నేను బోయెదన్.

హరి - అయ్యా! ఎగవేయవలయునన్న నింత కష్టమున కేల యోర్చితి? తొందర పడకుము.

నక్ష - ఏమీ! సొమ్మీయఁ దలఁచిన వాఁడవు నీవు తొందర పడకపోగా బుచ్చుకో వలసిన నన్ను గూడఁ తొందర పడవలదని నీతులు చెప్పుచున్నావుగా? బాగు! అన్నిటికిఁ గాళ్ళు సాచిన నీకేమి తొందర?

ఉ. పుట్టెడు నప్పుతోడ దల మున్గితి వింకొక పుట్టెడైన నీ
పుట్టి మునుంగ దింతయును బ్రొద్దున నీ మొగమింత సూచినన్
బుట్టదు యన్నమున్ మునిగి పోక యిఁకేమిటి? దీపముండగా
నెట్టన జక్కఁ బెట్టుకొన నేరకపోయె గురుండు వెఱ్ఱియై.

హరి - అయ్యా! నిష్ఠురము లాడకుము.

నక్ష - ఏమీ! మాకు రావలసిన సొమ్ము మేమడుగుట నిష్ఠురమాయెనుగా? నీ వడుగుకొన్న నలువది దినంబులు నేఁటితోఁ దీరుచున్నవే. ఇంత దనుక నాకిచ్చిన

దొక్కకాసైన లేదే? ఇంక నీ విచ్చెదవని మా కెట్లు నమ్మకముండును? ఇప్పుడు మాత్రము

శా. ఏలీలన్ సవరింతు మా ఋణము కొంపే గోడియే నింత కూ
డే లేదేమిటి కింకఁ జంపెదవు పొమ్మీ మీకు నేనాటి బా
కీ లన్న నిన్ను గొట్టువాడెవడు? చిక్కెన్నీకు మాజుట్టు ప
త్రాలా? సాక్ష్యములా? నినున్ బలిమి మీదన్ రచ్చకీడ్పింపగన్.

హరి - నక్షత్రకా! పత్రములు సాక్షములు నేల కావలయును? నిత్యస్థిరంబయిన నా వాక్కున కన్యథాత్వ మెప్పటికైన సంభవింపదు గదా!

నక్ష - సంభవింపక యిప్పటికి జేసిన దేమున్నది?

హరి - అయ్యా! నా దీనదశ యించుక యోచించుము.

నక్ష - అలాగయిన నేను యోచించి చెప్పునది గట్టిగా వినుము.

శా. నీ కాతం డది యప్పు పెట్టినది కానే కాద యామౌని ని
న్నే కైసాచి మదర్థ మిమ్మనిన నొమ్మేకాని, యద్దానికై

నీ కన్నుంగవ దుమ్ముసల్లి యిట మున్నే రాజ్య సర్వస్వముం
జేకొన్నా డిఁక నేటి యప్పు? నిజముం జింతింప నింతేకదా!

హరి - ఇంతియెకాని ' నెలదినములలో నిచ్చెద ' నని యమ్మునితో నొప్పు కొంటిని గదా?

నక్ష - లేదనిన నామాట లన్నియు సున్న యగుంగాదే?

హరి - అయ్యా! సత్యేతరంబునకు నామానసం బొప్పునయ్యా!

నక్ష - అయ్యో! అమాయకుడా! ఇంతలోఁ జెడ్డప్పుడుగూడ సత్యము సత్య మని యూఁగులాడు చున్నావే? హరిశ్చంద్రా! నీ వేమనుకొన్నను,

మ. జటినై నేననరాదు కాని విను నీ సత్యంబె నీ కొంప కిం
తటి చేటొటకు మూల; మిప్పటికి నైనన్ మించిపోలేదు, తీ
ర్చుట కేనాటి ఋణంబు మీ కనిన దీక్షున్నీకు మా బాధ; యం
తట నూరేగుము సత్తుచి త్తనుచు జింతన్ బాసి బైరాగివై;

అట్లుకానిచో నింత ధనము నీ విప్పట్టున నె ట్లార్జించెదవు? చెప్పుము.

సీ. వైదికవృత్తి సంపాదింతు నంటివా
యుడుగవు రాచపోకడలు నీకు,
రాచఱికంపు శౌర్యమున దెత్తు వంటన్న
దెసమాలి యేవంక దిక్కు లేదు,
వణిజు వర్తనముచే గణియింతు నంటివా
యరచేత గుడ్డిగవ్వైన లేదు,
వ్యవసాయవృత్తిచే సవరింతు నంటివా
లేదు భూవసతి గోష్పాదమంత,

గీ. ఇందు నేదేని వ్యాపార మందదగిన
యంత పున్నెంబు పుట్టిన నింతధనము
గంటుకట్టుదె యీ స్వల్ప కాలమునను
గడచు నీ నాటితోడ మా గడువుదినము.

ఇవి యేవియుగాక బానిసవృత్తికి బాల్పడినను ని న్నెవరు కొనువారు లేరు. కావున నా యుపదేశవాక్యముల ననుసరించి నీ వీ ఋణబాధ తప్పించికొనుము.

మా గురువుగారితో నీ దురవస్థయంతయు జెప్పి యీ సొమ్ము వదిలివేయు తెఱంగొనరించెద. చెప్పుము. ఏల నీకీ బాధ? హరి - నక్షత్రకా! నా కంఠము గత్తిరించుచున్నను నసత్య మాడుటకు నామనంబొప్పదు గదా!

నక్ష - హరిశ్చంద్రా! నీ మేలు గోరి నే నింత వచించెద వినుము.

ఉ. పుట్టిన నాఁటనుండియును బొంకి యెఱుంగవ? యే నెఱుంగు ది
ప్పట్టుని గూడులేని దురవస్థల నుంటివి గాన నీ మనం
బెట్టిటొ తెంపుజేసికొని యీ యుపదేశము నాలకింపు మే
నొట్టిడుకొం దసత్యమున కొప్పితివంచు వచింప నేరికిన్.

చంద్ర - నక్షత్రేశ్వరా! నీ వంటి మునికుమారుడు చెప్పవలసిన నీతులా యివి?

నక్ష - చంద్రమతీ! నీవును నీ పెన్మిటికిం దగినట్టు దొరికినావు. వో,

శా. మీనిష్పచ్చరముం దలంచి కరుణన్ మీ బాగుకై యింతగా
నే నేమో హితమున్ వచించితిని, మీ కే లేని యీ బాధ నా
కా? నీ పెన్మిటి నీ వెటైన విను నా కొనేమి పోనేమి సు
స్నానంబో జపమో తపంబో సదనుష్ఠానంబొ యోజింపుమా.

చంద్రమతీ! నానీతులు మీరు విననక్కఱలేదు. ఊరక యడ్డుపుల్లలు వేసినట్లు కాదు. మాకు రావలసినసొమ్ము గవ్వలతో గూడ లెక్కపెట్టి మా కిప్పింపుము. నే నింక క్షణమాగను, మీమీది మోమాటముచే నే నింకను నాలస్యము చేసినచో సహజముగా ముక్కోపియైన మాగురువుగారు నాగొంతుక కొఱుకక మానడు. హరిశ్చంద్రా! నీ పెద్దఱికం బాలోచింపను. మా సొమ్ము గుమ్మరించి మఱి నడువుము.

(చేయి పట్టుకొని నిలవేయుచున్నాడు)

హరి - (నిట్టూర్పు విడిచి) దేవీ! ఈ ఋణబాధ కడుంగడు దుర్భరముగద! చూడు,

మ. సరివారి న్నగుబాటు పిమ్మట మనశ్చాంచల్య రోగం, బనం
తర మాహారమునం దనిష్ట, మటుమీదన్ దేహజాడ్యం, బటన్
మరణంబే శరణంబు, పెక్కుదినము ల్మంచాన జీర్ణించి; యిం
తిరో! యీ ప్రాణులకున్ ఋణవ్యధలకంటెన్ దుస్సహం బేదికన్.

దేవీ! మందభాగ్యుండనైన నే నిప్పుడేమి చేయుదును? నిరవశేషముగా ఋణము దీర్చివేసికొని సంతోషించు భాగ్యము నాకు లేకపోయెనే?

చంద్ర - నాథా! మీ రిప్పట్టున ధైర్యము వహించి నా మనవి యాలింపుడు.

గీ. కాలగతి సర్వసంపద గోలుపోవ
మిగులు సిరి నాకు మీరును మీకు నేనె
బానిసగ నన్ను నే కలవానికేని
నమ్ముకొనుఁ డింక మౌని ఋణమ్ము దీఱు.

హరి - హా! విధీ! ఈ హరిశ్చంద్రునకు నెంతటి యవస్థ దెచ్చితివి?

ఉ. అంతటి రాజచంద్రునకు నాత్మజవై కకుబంతకాంత వి
శ్రాంతయశోవిశాలుని త్రిశంకు నృపాలుని యిల్లు సొచ్చి, భా
స్వంతకుల ప్రసిద్ధికొక వన్నె ఘటించిన గేస్తురాండ్ర మే
ల్బంతిని నిన్ను నొక్కనికి బానిసగా దెగ నమ్ముకొందునే?

చంద్ర - ప్రాణేశా! నీచంబని సంకోచించవలదు. సత్యప్రతిష్ఠకై యొనర్చిన నీచ కార్యంబులును సగౌరవంబులేయగు.

హరి - హా! జీవితేశ్వరీ! హా! సుగుణసుమవల్లీ! కఠినకర్ముండ నగు నేనెంతకు జాలను? హృదయమా! నేటితో నభిమానము వదలివేయుము. దేవీ! చంద్రమతీ!

గీ. హృదయమున సెగ్గు సిగ్గులు వదలివేసి
దాసిగా నిన్ను నమ్ముకో దలచినాడ
వాడవాడల నిన్ గొనువారి నూర
వెదకికొన బోవుదుము జనవే లతాంగి!

చంద్ర - (నడచుచు) ఓదేవా! కాశీవిశ్వనాథా! నన్ను గొనువారి ద్వరలో గను పఱచి మమ్ము విశ్వామిత్ర ఋణబాధా విముక్తులను జేయుము, తండ్రీ!

నక్ష - హరిశ్చంద్రా! ఇదియే అంగడి వీధి. ఇక్కడ ఒక్క కేక వేయుము.

హరి - దేవీ! నేనిప్పుడేమి ఘోషించవలయును.

చంద్ర - క్రయ ధనమ్ము నమ్ము కొనువారెట్లో యట్లే.

హరి - ఓహో! పౌరులారా! (కొంచెమూరకుండి) అయ్యో! యెంత నైచ్యమునకు బాల్పడుచుంటిని?

నక్ష - హరిశ్చంద్రా! ధనమిచ్చి కొనదగిన వారంద ఱిక్కడనే యున్నారు? ఇంక నీ యాగడములు చాలించి యందఱు వినున ట్లెలుంగెత్తి కేక వేయుము.

హరి - అయ్యా! నేనన్నిటికి దెగించియే యున్నాను.

ద్విపద - రాగము కీరవాణి - తాళము ఆది

అవధారుడయ్య యో యగ్రజులార!
సవనదీక్షితులార! క్షత్రియులార!
ప్రవిమల గుణగణ్య పాదజులార!
కడలాక్రమించి యొక్కట భూమి నేలి

సడినున్న యీ హరిశ్చంద్రుడ నగుట
ప్రణుత కౌశిక ఋణగ్రస్తుండ నగుట
గుణములదొంతి పల్కులమేలుబంతి
పున్నె పింతుల యీలు పున కోజబంతి
యన్నుల తలకట్టు లందు సేమంతి
యగు నాదు నిల్లాలి హా! దయమాలి
తెగ నమ్ముకొందు వీధిని దాసిగాను
చేరి రొక్కంబిచ్చి చెల్వను గొనుడి
వారణాసీ పౌర వరులార! మీరు.

మఱియు నో సౌభాగ్యమహితాత్ములార!

సీ. జవదాటి యెఱుగ దీ యువతీలలామంబు
పతిమాట రతనాల పైడిమూట
అడుగుదప్పి యెఱుంగ దత్తమామల యాజ్ఞ
కసమానభక్తి దివ్యానురక్తి
అణుమాత్రమైన బొంకనుమాట యెఱుగ దీ
కలుష విహీన నవ్వులకు నైన
కోపం బెఱుంగ దీ గుణవితాన నితాంత
యొరులెంత తన్ను దూఱుచున్న నుంత

గీ. ఈ లతాంగి సమస్త భూపాలమకుట
భవ్యమణికాంతి శబలిత పాదుడైన
సార్వభౌముని శ్రీహరిశ్చంద్రు భార్య
దాసిగా నీపెఁ గొనరయ్య ధన్యులార!

(పిమ్మట గేశవునితో గాలకౌశికుడు ప్రవేశించుచున్నాడు.)

కాల - ఓరీ! శిష్యా! ఎక్కడరా బానిసల విక్రయించునది?

హరి - బ్రాహ్మణోత్తమా! ఇక్కడనే. మందభాగ్యుడనైన నేనే బానిసల విక్రయించు చున్నాడ.

కాల - అట్లయిన నీవెవ్వడవు? ముందు చెప్పుము.

హరి - నే నెవ్వండనైన మీకేమి?

కాల - ఏమోయీ. పేరు చెప్పుటకే సందేహించుచున్నావు. ఈ కాంతను నీ వెక్కడనో యెత్తుకొని వచ్చినట్లున్నావే! ఆఁ! నీవే దొంగతనము చేసినను సాగివచ్చుటకు నీ కాశికా పురమంత యరాజకముగ యున్నదనుకొంటివేమి? బోయవానికి రామచిలుక లాగున నీకీకాంత యెక్కడ చిక్కినది? ఫాలాక్షునంత వాడనైన నాకంటంబడి తప్పించుకొని బోవుట కల్ల. (శిష్యునితో) ఓరీ! కేశవా! నీవు వోయి మనయూరి తలారి పెద్ద యగు రామసింగును బిలుచుకొని రమ్ము. ఈ మ్రుచ్చును పట్టి యొప్పగింతము.

హరి - అయ్యా! విప్రోత్తమా!

గీ. ధరణిలో దొంగతనములో దొరతనములో
భాగ్యవంతునకేదైన బాధలేదు
పెన్నిధి యదృష్టమున నిరు పేదవాని
కబ్బినను దొంగసొమ్మంట కబ్బురంబె?

కాల - ఏమీ! నీ యదృష్టమునకు దోడు నీకీ కాంత యెక్కడో లభించినదా?

హరి - అదృష్టమున లభించినది. నేను హరిశ్చంద్రుడను. ఈమె నాభార్య చంద్రమతి.

కాల - ఏలాగూ! విశ్వామిత్రున కప్పుపడితినని యఱచినది నీవేనా? ఆలాగైన తపోధనుడైన యమ్ముని కీవెట్లు ఋణపడితివి?

హరి - నారాజ్యసర్వస్వ మాతనికి ధారవోయునప్పుడు మున్నాతనికి యజ్ఞార్థమై ఇచ్చెదనన్న ధనము ముందు నిరూపింపకపోవుట వలన.

కాల - పత్రము వ్రాసి పుచ్చుకొనినగాని యప్పుకాదు గదా! సాక్షులెవరైన నున్నారా? హరి - సత్యశీలమే పత్రము. మా యుభయుల చిత్తములే సాక్ష్యములు.

కాల - ఓయీ యమాయకుడా! ప్రాణము లేని యీ పత్రమునకును సాక్ష్యములకును భయపడి నిక్షేపము వంటి యిల్లాలి నమ్ముకొను చున్నావా? (ఆలోచించి) ఉండుండుము. నాకిప్పుడు మంచి యుపాయము తోచినది. నన్నా విశ్వామిత్రునొద్దకు దీసికొనిపోయి యీ ధనము నీకీయవలసినది కాదని పోరాడుము. నీ పక్షమున నేను న్యాయవాదిత్వము గైకొని రాయిగ్రుద్దుచు వాదింపగలను. ఓహో! ఒకరికిం బదుగురు సాక్షులుంచిన పత్రముల నెగవేయుటలోను ద్రోవఁద్రోవు వారిపై లేని యప్పులగట్టి ధనము గణించుటలోను నన్ను మించినవాడు మఱొక్కండు నీకు దొరకడు. పద, నేను నీకు సహాయుడనై యుండ విశ్వామిత్రుడును గిశ్వామిత్రుడును నిన్నేమి చేయగలడో చూతము.

నక్ష - హరిశ్చంద్రా! నీ కిప్పుడు సహాయ సంపత్తి కూడ లభించినది! ఇంక రమ్ము. హరి - అయ్యలారా! మీ రిరువురును మహాబ్రాహ్మణులు కాని యూరకుండుడు. నా కెవ్వరి సహాయమక్కఱలేదు. నా సత్యమే నన్ను రక్షింపవలయును గాని,

మ. ఇటులెంతైన ధనంబు వచ్చినను రానీ గాధిరాట్సూతి నా
కెటు కష్టంబుల దెచ్చెనేనియును దేనీ దివ్యభోగంబు లె
న్నిటి నాకాజడదారి యిచ్చినను నీనీ, సత్యముం దప్ప నే
నిటు సూర్యుండటుతోచెనేని వినుడోయీ మీరు ముమ్మాటికిన్.

కాల - ఓహో! నీ వెంత సత్యవంతుడవైనను ధనము పట్ల గొంచెము సడలు విడవ వచ్చును. అందుకే "సర్వేజనాః కాంచన మాశ్రయంతి" యని పెద్దలు చెప్పు చున్నారు. నా యీ శాస్త్రప్రమాణ మంగీకరించి కౌశికునొద్దకు నడువుడు. చూడుము.

క. ఆలాగున గౌశికుఁడే
పాలయ్యె, ధనాశకింక వల దుడుగుము నీ
కేలా! యీ వేదాంతము?
పా లొల్లని పిల్లి గలదె పరికింపంగన్?

హరి - అయ్యా! ఏల మీకిన్ని మాటలు?

కాల - సరి, నీకి బాగుపడు యోగము లేదు. తియ్యని చెఱకుపానకము నోట బోయుచుండ విషమని గ్రక్కువాని కెవ్వరేమి చెప్పగలరు. నీ యిష్టము. నీ భార్య నెంత కమ్మెదవు?

హరి - నక్షత్రకా! చెప్పుము. నక్ష - ఓ కాలకౌశికుడా! వినుము.

క. దంతావళంబు పయి బల
వంతు డొక్కండు నిలిచి పైకిన్ రతనం
బెంతటి దవ్వుగ రువ్వునో
యంతటి యర్థంబు నిచ్చి యతివం గొనుమీ!

కాల - ఓహో! కేశవుడా! ఇదేమి చవుకబేరము గాదురా!

నక్ష - మఱి పంచాంగము కట్టకే వచ్చునేమి?

కాల - ఏమిరా చెడుగా! మాయాయవారపు జోలె చూచి నన్ను ధనహీనునిగా గణించుచున్నావు కాని, దీనిని మా యింటికి బంపి వేయుము. ధనమిచ్చి వేయుదను. హరిశ్చంద్రా! సరియేగదా!

హరి - అయ్యా! అట్లే.

కాల - దాసీ! ఇక బద. కుట్టా! నడువుము. (బెత్తమున నదలించుచు)

చంద్ర - అయ్యా! వచ్చుచున్నాను. (పతి పాదములపైఁ బడును)

కేశ - దాసీ! నడువవేమి? చంద్ర - హా! మందభాగ్యనైన నేను నేటితో మీ దృష్టినుండి సయితము దొలగింపఁబడి పరాధీననై పోయితినే! ప్రాణపతీ! హరిశ్చంద్రా! నాకింక దిక్కెవరు?

చం. పదపద యంచు బెత్తమున బ్రాహ్మణుఁ డిట్లదలించు చుండినన్
బదమటు సాగకున్నది భవత్పద సారసభక్తి యందు నె
మ్మది వశమౌట, చంద్రకర మర్దన మందుచునుండినన్ బదిం
బదిగ మరందలోలయయి పద్మముఁ బాయని భృంగికైవడిన్.

అకటకటా! మిమ్ముఁ జూచు నవకాశము నాకు లేదు. నా యజమానుఁడింకను దొందరపడుచున్నాడు. ఈ స్వల్పకాలములోనే శుభదాయకం బగు మీమూర్తి గనులారఁ గాంచి పోయెదను. ప్రాణపతీ!

సీ. కదలవే యని విప్రుఁడదలించుటకు మున్ను
గనులార మీ మోముఁ గాననిండు
పదవేమి యని వటుండదలించుటకు మున్నె
మీ నోటి నుడి తేనె లాననిండు

నడువవేమని విప్రుఁడడలు పెట్టకమున్నె
  వొడము మీ కన్నీరుఁ దుడువనిండు
సాగవేమని వటుల్లాగవచ్చుటకు ము
  న్నింపుగా మిముఁ గౌఁగిలింపనిండు
గీ. పరమ కరుణాసనాథ మత్ప్రాణనాథ!
కాలగతి మీకు దూరస్థురాల నగుచు
వెడలు కన్నీట బాదము ల్గడిగి మీకుఁ
బ్రణుతులిడుచున్న దాన సద్గుణ నిధాన!

హరి - (నిర్వేదముతో) ఛీ, ఛీ, హరిశ్చంద్రా! నీవు నిక్కముగా గిరాతునకు జన్మింప వలసినవాడవు గదా?

గీ. గళమునం దాల్పవలసిన యలరుదండ
పాదమర్దన కొప్పించు భంగిగాగ
నఖిల సామ్రాజ్యభోగంబు లందఁదగిన
పట్టపుఁ దేవి నమ్మితే బానిసగను.

చంద్ర - హృదయేశ్వరా! నాకై మీరింతగా దుఃఖింపవలదు. విధి విధాన మెవ్వరు తప్పింతురు? దుఃఖ మడంచుకొని యా కాలకౌశికుని సేవావృత్తికి నన్నిఁక సమ్మతించి పంపివేయుడు.

హరి - దేవీ! ఇప్పుడనుమతించుటేమి? ఆగర్భశ్రీమంతురాలవైన నిన్ను బరున కెప్పుడు విక్రయించితినో యప్పుడే నా యనుమతులన్నియు దీఱినవి. కాని,

మ. కనుసన్నన్ బనికత్తెలెల్ల నిరువంకల్ గొల్వ రాణించు జీ
వనమే కాని యెఱుంగ వెప్డుఁ బర సేవాకృత్య మా జన్మమున్

వనితా నేటికి నీకు నా వలన బ్రాప్తంబయ్యె నెట్లోపెదో?
ఘనదుర్దాంత దురంతదుస్సహమహోగ్ర క్రూర దాస్యంబునన్.

నీ! మానవతీమణీ! రాణివాసంబు భోగభాగ్యంబులకు జెడి నూతనముగా దాసికావృత్తి నవ లంబింప బోవుచున్న నీకు గొంతచెప్పుచున్నాను. సావధానముగా నాకర్ణింపుము.

మ. తల్లిదండ్రుల్ మఱి వేర లే రిక సతీ! తద్దంపతుల్గాక నీ
కిల, వేమఱపాటు సెందకుసుమీ యీ విప్ర సేవాకృతిన్

దొలి నీ వొందిన భోగభాగ్యముల యందున్ జిత్తమున్ నిల్పకే
తలలో నాలుకగా మెలంగుము నెలంతీ! పిన్నలన్ బెద్దలన్.

మఱియు నో సాధ్వీమణి! నీ స్వామి కడనె బానిసీఁడుగ నుండవలసినవాడు గానఁ గుఱ్ఱవాని లోహితాస్యునెట్లు కాపాడుకొందువో? మనకు నేటితో దురంతమైన వియోగంబు సంభవించినది కదా! (లోహితాస్యునితో) నాయనా! లోహితాస్యా! నీవు కూడా నీ తల్లి ననుసరించి యుండవలసినవాడవే కాన నావెంట రాకుము.

లోహి - నాన్నగారూ! మీ రెందుల కేడ్చుచున్నారు? మీ రిప్పుడెక్కడకు బోయెదరు?

హరి - నాయనా! నే నెక్కడ బానిసీఁడుగా నుండవలెనో యక్కడికే.

(దీనవృత్తము - హిందూస్థానీ భైరవి -ఆది తాళము)

లోహి - జనకా! యిపుడెచ్చటి కేగకుమా
నను నీ వెనువెంటను గొనిపొమ్మా
జననిన్ నను నిచ్చట బ్రాహ్మణుఁడే
కొనిపోయిన మాకు సుఖంబగునే?

హరి - తండ్రీ! (యెత్తుకొని) నీకు రావలసిన కష్టములా ఇవి?

మ. కొడుకా! కష్టము లెన్ని వచ్చినను నీకున్నాకు నాకీడులం
దెడబాటు ల్ఘటియింపకుండు టొక మేలే యంచు నే సంతసం
బడితింగాని యెఱుంగనిన్నుఁ దెగనమ్మంజూపి హా లోహితా!
కడ కీనాటికి గాలసర్పమునకుం గైకోలుఁ గావించుటన్.

హా! తండ్రీ! నీ కమంగళము ప్రతిహత మగుగాక!

(మరల) కడ కీనాటికి గాలకౌశికునకుం గైకోలుఁ గావించుటన్. దేవీ! నే నెంత దారుణమైన వాక్యము బల్కితిని.

చంద్ర - నాథా! మనకు దుఃఖము శాంతించుగాక!

గీ. కాలవశమున గల్గిన కష్టచయము
లెల్ల వెంటనే నిలుచునే యేక రీతి
మిహిర మండలమును గప్పు మేఘరీతి
తూలిపోకుండునే యెల్ల కాలమటుల?

అట్లే యచిరకాలమునకు మరల శుభములు వచ్చి పునస్సమాగమ సౌఖ్యము లభించకపోదు. హరి: దేవీ! భవితవ్యమును నెవ్వ రెఱుంగుదురు? చూడు.

మ. కలికీ! ఱెక్కలురాని పిల్లలను సాకన్ గూటిలో నుండి మే తలకై పోతొక చెంత
బెంటియొక చెంతన్ బాఱ నీలోన బి ల్లలఁ బామే గ్రసియించునో వలల పాలన్
జిక్కునో పుల్గులీ యిలపైఁ బ్రాణులకున్ వియోగమగుచో నెవ్వారి కెవ్వారలో?

కేశ: ఏమయ్యా! శుభమస్తు అని మాగురువుగారు దాసిని గొనుటేమి? మీరిట్లశుభముగా నేడ్చుటేమి? పద పద (అదలించును)

లోహి: (కోపముతోఁ గేశవునిఁ జూచి) (స్రగ్విణీవృతము: బేహాగ్ - ఆది తాళము)

ఏర! మాయమ్మని ట్లీడ్వ నీకేమిరా క్రూర! నిన్నిప్పుడే గ్రుద్దెదన్ జూడరా! దూరమందుండి మా తోడ మాట్లాడరా! శూరునిన్ లోహితున్ జూచి నోర్మూయరా!

కేశ: ఓరీ! చెడుగా, దాసిపుత్రా! కూటికి లేకపోయినను నీకెంత రాజసమున్నదిరా? (పడఁద్రోయును)

లోహి: (కన్నీరు కార్చుచుఁ దండ్రివంక జూచును)

హరి: (దుఃఖముతోఁ గుమారు నెత్తుకొని) తండ్రీ! నీకెంత దురవస్థ వచ్చెనురా!

మ: కనుదోయిన్ జడబాష్పము ల్దొరఁగ నాకై యేల వీక్షించెదో తనయా! నేను మహాకిరాతుఁడ సమస్తద్వీప భూమండలీ జననాథాళికి సార్వభౌముడవుగా జాల్నిన్ను నీ దాస్యపుం బనికై యమ్మిన నాకు నెచ్చటిదయా ప్రారంభవిస్రంభముల్.

కాల: ఓహో! యేమోయీ! నీకొడుకిట్లను చున్నాడే? ఇక మా ఇల్లల్లకల్లోలము చేయునా ఏమి?

హరి: అయ్యా! ఇది కేవల బాల్య చాపల్యము. కాని నామనవి యొక్క టాలింపవలయు.

కాల: అది యేమి?

హరి: గీ. మీరు బిడ్డలఁ గని పెంచువారె యైనఁ గడుపు కక్కుఱితిని నింతగా వచింతుఁ బ్రేమ నీ బిడ్డలందొక బిడ్డగాఁగ నరసి కొనుమయ్య వీనిఁ గృపాంబురాశి!

(లోహితు నొప్పగించును)

కాల: సరి, నీ యొప్పగింతలన్నియు నైనవా? ఇంక మా దాసినిఁ బంపివేయుము. మాకు జాగగుచున్నది.

చంద్ర: (దుఃఖముతో) (సరసాంక వృత్తములు - ఫీలు రాగము) సెలవిచ్చి నన్బంపుడీ క్షితిపాలచంద్రా! నలవంత జెందకిఁక పావన సత్యసాంద్రా!

హరి: కలకాల మీ గతిని దుఃఖముతో సుశీలా! తలపెట్టు టూఅడిలు నింతట ముద్దరాలా!

చంద్ర: ఇక జాగుచేయదగదో నృపసార్వభౌమా! సకలం బెఱింగి యిటు లెన్సయ పుణ్యధామా!

హరి: అకలంకశీల! నిను నిట్లలయించినాఁడన్ మొగమెత్తి యెట్లు గననోపుదు సిగ్గు తోడన్.

కాల: ఓహో! మీ ఏడ్పుతో మా పనులన్నియు జెడుచున్నవి. దాసీ కదలవేమి? మూటలెత్తుకొని రమ్ము.

చంద్ర: (లోహితాస్యునితోఁ దిరిగి తిరిగి పతిం జూచుచుఁ బోవుచున్నది)

హరి: హా! హా! నా పుణ్యలక్ష్మి దాఁటి పోయినది.

నక్ష: హరిశ్చంద్రా! నీవు విశ్వేశ్వరదేవాలయము నొద్ద నుండుము. నేను ధన మందికొని వత్తును.

(కాలకౌశికునితో నిష్క్రమించును. తెర వ్రాలును.)

(పిమ్మట యవనిక నెత్తగాఁ గాలకంటకి గృహద్వారముకడఁ బ్రవేశించును)

కాలకం: ఓరీ, యెవఁడురా? కేశవా! జనార్దనా! అంగడికిఁ బోయిన మా యాయన యింకను రాలేదుగా? కానీ

(కాలకౌశికుడు, కేశవుడు, చంద్రమతి, లోహితాస్యుడును ప్రవేశించుచున్నారు)

కాలకౌ: ఓరీ, కేశవా! అదిగో అరచుచున్నదిరో.

కేశ: ఈనాఁడు మీ గ్రహచార మంతగా బాగున్నట్లు తోఁచదు. కాలకౌ: ఏమోరా నాయనా! నీవు మాత్రము మాముండతో నామీద గొండెములు చెప్పకేమి. (ఇల్లు చేరుదురు)

కాలకం: వచ్చుచున్నావూ? రా, రా. (సమీపించును)

చంద్ర: (స్వగతము) అకటకటా! ఏమీ ధూర్తయైన యీ విప్రాంగన వర్తనము! ఈవిడయే నా యజమానురాలు గాబోలు.

కాలకం: దుర్మార్గుడా! నీ విల్లు వదలి యెంతసేపయినది? నీ కొఱకై పొయ్యార్పుకొని నేను గనిపెట్టుకొని యుండవలసినదా? ఈమధ్య నీకు బొత్తిగాఁ బ్రాయశ్చిత్త కర్మములు లేకుండ నున్నవి. నేఁడు నీకు మూఁడినది గానీ చెప్పు.

(కీర్తన: ఘరజు - త్రిశ్రగతి)

ఇంత పొద్దెక్కినదాక నీ వెక్కడ నుంటివి ఇంటికి రాక ॥ఇం॥

కాలకౌ: యాయవార మెత్తినాఁడ సంతపోయి శవాలను మోసికొచ్చినాఁడ ॥యా॥

కలకం: తెచ్చిన డబ్బేదో తెమ్ము నీ మ్రుచ్చుపోకిళ్ళను మెచ్చ రారమ్ము

కాలకౌ: మూడెమాడలం దెచ్చి నాడ నీతోడు నాకింకను దొరకలేదేవాడ

కాలకం: అట్లైన నే నూరుకోను నీపొట్ట బద్దలుచేసి నెట్టివేయకపోను (కొట్టుచున్నది)

కాలకౌ: అబ్బబ్బ నే నోర్వలేను యీ డబ్బునకు రేప యిబ్బడి ఈడ్చెదనే

కాలకం: నీ వింక జాగరూకతతో మెలంగకున్న నీగతి యింతియే.

కేశ: అమ్మా! కాలకంటకి నే డప్పుడే వదలి పెట్టినావే? ఇక్కడ చూడు. (చంద్రమతిని, లోహితాస్యుని చూపించును)

కాలకౌ: ఓరీ, కేశవా! నీ పుణ్యము, నీ వూరుకోరా! (గడ్డముఁ బట్టి బ్రతిమాలును)

కాలకం: ఇఁక నేనూరుకోను. ఈ నిర్భాగ్యురాలెవరు? చెప్పు. (కొట్టును)

కాలకౌ: (గట్టిగాఁ జేతులు పట్టుకొనుచు) నీకడుపుకడ, ఇంక చంపకే!

కాలకం: ఓరీ నీ చేతులు కాలిపోను! నీశక్తి మండిపోను! ముసలితనము వచ్చినను నీ కెంత మదమున్నదిరా! ఓ యెవరయ్యా! నన్ను నామగఁడు చంపుచున్నాఁడు. రండయ్యా! (కేకలు వేయుచున్నది)

కాలకౌ: (నోరుమూయుచు) ఓసీ, నీపుణ్యము. అఱవకే. సుకుమారివి, నీ వింటిలోఁ బనిచేసుకోలేవని దాసిని దెచ్చినాడను. కాలకం: ఆ మాట మొదటనే యేడువరాదా?

చంద్ర: అమ్మా! కాలకంటకీ! ఇదియేమి న్యాయమమ్మా!

క. పతిఁ గడవ సతికి, లేదొక గతి యాతండెంత మనకుఁ గైవసమైనన్ మితి గలదు చనువునకు నీ గతిఁ బ్రతికూలతకుఁ బాలు కావలదమ్మా.

శా. ప్రత్యూషంబున లేచి నాథుని పదాబ్జాతంబుల్ వ్రాలుటో పత్యుద్దేశ మెఱింగి బోనముల సంబాళించుటో రాకకున్ బ్రత్యుత్థాన మొనర్చి మెచ్చఁ దగు సేవల్ సేయుటో కాకిటుల్ ప్రత్యాఖ్యాన మొనర్తురమ్మ సతమున్ బత్యాజ్ఞకున్ గేహినుల్?

మఱియు,

మ. పడతీ! నేనొక పాటిగాను వచియింపన్ నీవిభుండెంత నీ యడుగు దాటఁడ యేని బత్తి మిగులన్ హత్తించి బంగారమే యొడలెల్లన్ దిగువేయునట్లుగను నీ వోరంక ప్రొద్దెల్ల మే లడ పాలూనుము, కాళులొత్తు మటుగా దాసీవరుల్ వీచుమా.

కాలకం: ఓహో! నీ వెవ్వతివే? నాకు బక్కట్లు దిద్దుటకేనా నా మగండు నిన్ను దీసికొనివచ్చినది? ఓహో! నాకు దాసిపై వచ్చి దొరసాని పైతిపే నీకుఁ దెలిసిన మగనాలి వర్తనాలు మాకు దెలియవేమి? గూటికి వచ్చినదానవు చచ్చినట్లు పడియుండక శ్రీరంగనీతులు చెప్పుచు నా మాటలోఁ బడియున్న నా మగనిబుద్ధి చెడఁ గొట్టుచున్నావుగా.

కాలకౌ: చంద్రమతీ! నీ వెప్పుడు మాయావిదతో నిట్లు మాట్లాడరాదు. (రహస్యముగా) దీని నోటికి నూని కరణాలు, కాపులు గూడ వెఱచుచుందురు.

చంద్ర: అయ్యా! నే నూఱకున్నాను.

కాలకౌ: ఓసీ, యింటిదానా! నీకు నింత నిర్భయముగా మాట్లాడిన యీ దాసికిఁ దగిన పనులు నియమించి నీ కసి దీర్చుకొమ్ము.

కాలకం: అట్లయిన పద, నీ పనిన్ చెప్పెద. (అందరు నిష్క్రమింతురు) (పిమ్మట నక్షత్రక ద్వితీయుండై హరిశ్చంద్రుడు ప్రవేశించుచున్నాడు)

హరి: నక్షత్రేశ్వరా! నన్నింత యన్యాయము చేసెదవా? నక్ష: అడవులలో నన్నిన్నాళ్ళన్నమునకు నీళ్ళకును మొగము వాచునట్లు చేయుట నీది యన్యాయము కాదు గాని న్యాయముగా నాకు రావలసిన బత్తెము నేను తీసికొనుట యన్యాయ మయ్యెనేమి? యెట్లు?

ఉ. బత్తెము లేక త్రోవల విపత్తుల కోర్చుచుఁ దిండి కేనియున్ బొత్తుగా వాచిపోయి గృహమున్ విడి నీ వెనువెంట రాఁగ నీ తొత్తునె యింతకంటెను గతుల్మఱి మాకిఁక లెవె యేరికిన్ మెత్తనివానిఁ జూచు నెడ మిక్కిలి మొత్తగఁ జిత్తమౌఁ గదా!

హరి: నక్షత్రకా! మీ గురువుగారి పనిమీద నీవు నా వెంట వచ్చితివి కాని, నా కొఱకై వచ్చితివా? నా వలన బత్తెమే నీవు తీసికొనిన నీవు నీ గురువునకు జేసిన యుపకారమేమున్నది?

నక్ష: ఓయి దుర్మార్గుడా! ఏమన్నావు? నేను నా గురువునకు జేసిన యుపకారమేమనియా?

ఉ. ఆస దొరంగి ప్రాణముల కైన దెగించుచు నిట్టి బత్తెపుం గాసుల నాసచే దరువు కానిగ నీ పయి ఘోరకాననా వాస మొనర్చ నొప్పుకొని వచ్చుటె నాయుపకార మాతపో భ్యాసికి నా వలెన్ వటుఁడెవం డిటు నెత్తురుకూటికొప్పెడిన్

ఇప్పుడు నా గురుభక్తిని గూడ నధిక్షేపించుచున్నావుగా? నీ వేమైన ననుము. నీ భార్య నమ్మగా వచ్చిన ధనము బత్తెము క్రింద జెల్లవలసినదే. కాన నిక మా గురువుగారి ఋణమిప్పుడే యిచ్చివేయుము.

హరి: వటూత్తమా! నేనిప్పుడింత ధనమెక్కడినుండి తెత్తునయ్యా?

గీ. విమలశీలను నిల్లాలి విక్రయించి చేర్చిన ధనంబు నీ చేత జిక్కెను గద అవని స్వశరీరమాత్ర వైభవుఁడ నగుచు బ్రతుకు చున్నట్టి నేనెట్లు బత్తెమిత్తు?

నక్ష: నీ విట్టి నిర్భాగ్యుడ వనియే నేను దీపముండగనే చక్కంబెట్టుకొన్నాఁడ. ఓ హరిశ్చంద్రా! ఇటు వినుము.

గీ. నీకు రానున్న బత్తెంపు రూకలెటులో స్వీకరించితి నే నిల్లు సేరవచ్చు ముని ఋణమునకు మీరు మీరును బెనంగి తుదకు నే గంగలోనైన దుముక బోండు (పోవుచున్నాడు)

హరి: (చేయి పట్టుకొని) నక్షత్రకా! నీకిది బొత్తుగాఁ దగనిపని.

నక్ష: ఏమోయి చేయి పట్టుకొనుచున్నావు? నన్నుఁ గొట్టుదువా యేమి?

హరి: అయ్యా! నేనంత సాహసిని గాను.

నక్ష: కాకున్న నా చేయి విడువుము.

హరి: విడిచితిని. ఇంక నా సొమ్ము మీ గురువున కిచ్చి వేయుము.

నక్ష: హరిశ్చంద్రా! నే నిన్ని మాటలవాఁడను గాను.

క. అడియాస విడువు మిఁక నా యొడలన్ జీవంబు లున్న వొదమిన్ విడువన్ జెడనెంచి తేని నినునా బొడ నీ యడిదమున గోయ మీఁరో గొనుమీ.

హరి: నక్షత్రకా! ఇంతకన్న నేఁ జెడునదేమున్నది? నన్ను గూడ నమ్ముకొని మీ గురువు ఋణంబు రాబట్టుకొనుము.

నక్ష: నిన్నెవ్వరిచ్చుటఁ గొందురు?

హరి: ఎవ్వరు గొనకున్న గడకుఁ గడజాతివానికైన నమ్మివేయుము.

నక్ష: సరి నిన్ను గాదననేల. (నడచును) (ద్విపద - కీరవాణి రాగము - ఆది తాళము)

అవధారుఁడయ్య యో యగ్రజులార

సవన దీక్షితులార క్షత్రియులార ద్రవిణేశు మించు నుత్తమ వైశ్యులార ప్రవిమల గుణగణ్య పాదజులార కడలాక్రమించి యొక్కట భూమి నేలి సడినున్న యా హరిశ్చంద్రుడు నేఁడు బానిసీడుగ నమ్మంబడుచున్న వాఁడు మాననీయుడు సత్యమార్గ ధీరుండు కోరిన ధనమిచ్చి కొనఁ దగుసుండి వారణాసి పౌరవరు లార రండి

(ఆకసమువంకఁ జూచి) ఏమీ! ఇతఁడెట్టి వాడఁనుచున్నారా?

సీ. తన మహీరాజ్యమంతయు గాధిసూతికిన్ దాన మిచ్చిన యట్టి ధర్మ మూర్తి నిజ యశశ్చంద్రికల్ నిఖిల దిక్కులయందుఁ బాఱఁజల్లిన యట్టి సారగుణుండు ముల్లోకములను సమ్మోదింప భేతాళు మద మడంచిన విక్రమస్థిరుండు అణుమాత్రమైన బొంకను మాట యెఱుగని యసమాన నిత్య సత్య వ్రతుండు గీ. ఏడు దీవుల నవలీల నేలినట్టి సాంద్ర కీర్తి హరిశ్చంద్ర చక్రవర్తి బానిసీడుగ నమ్మంగఁ బడెడు కొనుఁడు పౌరులార మహాధనోదారులార

హరి: ఎవరు కొనకున్నారు. ఇంకెంతని యఱిచెదరు? వీఁడెవఁడో కడజాతి వానివలె నున్నాఁడు. ఇటె వచ్చుచున్నాఁడు. ఉండుము.

(పిమ్మట వీర బాహు ప్రవేశించుచున్నాఁడు) వీరబాహు: (గేయము)

తొలగిపోనిండయ్య! దొరలు పెద్దింటోణ్ణి తెరచి చెప్పకుంటే పలువ పొమ్మంటారు ॥తొ॥ పబులు మీకుక్కల కట్టి పేస్కోండయ్యా ॥తొ॥ గబగబ బొవంచు కఱవ వత్తుండయ్యా వాదనంటారు సూదోచ మంటారు నే కాచంత కల్లేసి కాటికి పోతుండ ॥తొ॥

నక్ష: హరిశ్చంద్రా! ఇంక నిన్నెవ్వరు కొందురు? వీర: దొరా! బానిసోణ్ణి అమ్ముతుండవా? నే గొంటానండీ, ధర చెప్పండి. నక్ష: చెప్పెదను గాని నీవు దూరముగా నుండి మాట్లాడుము. నే నిప్పుడు స్నానము చేయలేను. వీర: దూరంగానే వుండానుండి, చెప్పండి. హరి: నక్షత్రకా! నన్నీ కడజాతి వానికే యమ్మెదవా? వీర: కడజాతియేముంది, పెద్దింటోణ్ణి. నక్ష: హరిశ్చంద్రా! ఎవ్వరు గొనంకున్న నన్నేమి చేయమందువు? మొత్తము మీఁద నీవు నా కిచ్చు బత్తెమునకు దండుగ లేకుండ నా వలన బనిపుచ్చుకొనుచున్నావు. అఱచి యఱచి గొంతు పగిలిపోవుచున్నది. తిరిగి తిరిగి కాళ్ళు పడిపోవుచున్నవి. హరి: అయ్యా! వీనికే విక్రయింపుడు. నే నన్నిటికి సిద్ధుఁడనై యున్నాను. నక్ష: ఓరీ! వీరబాహూ! నీ కీతఁడు కావలయునన్న క. దంతావళంబు పయి బల వంతు డొక్కండు నిలిచి పైకిన్ రతనం బెంతటి దవ్వుగ రువ్వునో యంతటి యర్థం బొసంగుమా కొని పొమ్మా! వీర: ఓరబ్బో! సాలదాకుండదే! నక్ష: ఇఁక నేమనుకున్నావు? వీరబాహూ! నీచేతఁ గాదు పోరా. వీర: అయ్యోరూ! యిట్లుండానని సూత్తుండావు కామసు! డబ్బిత్తా రా, రావయ్యా అరిశ్చంద్రుడా. నక్ష: హరిశ్చంద్రా! ఇఁకబొమ్ము. నీఋణము తీఱినది. హరి: నక్షత్రేశ్వరా! నేనిక సెలవు పుచ్చుకొనియెద. ఎక్కడనో నిశ్చింతతోఁ దపం బాచరించుకొను నీవు గూడ నా మూలమున ఘోరారణ్యములఁ బడరాని పాట్లు పడితివి. క్షమింపుఁడు. వటూత్తమా! నమస్కారము. నక్ష: (స్వ) అయ్యో! నే నిప్పుడేమని యీ ధర్మమూర్తికిఁ బ్రత్యుత్తర మిచ్చెదను? ఇట్టి పరమ శాంతుని సత్యవంతుని నేనెంతఁ జేసితిని. (ప్రకాశముగా) హరిశ్చంద్రా! నేనే నీ కన్ని విధములఁ గష్టములఁ దెచ్చి పెట్టిన దుష్టుఁడను. నేను నిన్నడుగు కొనవలసిన క్షమాపణములు నీవు నన్నడుగు కొనుచున్నావు. అయినను బుట్టినదాదినన్య సామాన్యమైన సత్యనిష్ఠాగరిష్ఠతచేఁ బరిశుద్ధమైన నీ మానసమున కింతటి క్షోభ దెచ్చి పెట్టిన నాయట్టి ఘోరకర్ముఁడు శిక్షార్హుండు గాక క్షమాపణమునకు దగునా? హరి:

అయ్యో, విప్రోత్తమా! శిక్షించుటకుఁ గాని, క్షమించుటకుఁ గాని నేనెంతటి వాఁడను. వటుశిఖామణీ! నీకిదే వందనము. (నమస్కరించును)

నక్ష: (లేవనెత్తి)

చ. కలతఁ వహింపకయ్య కల కాలము కష్టము లుండబోవు కా వలసిన కారణార్థము లవంబును దప్పునె? నా యకృత్యముల్ దలఁపున నుంచకయ్య విహితమ్ము నునున్ క్షమింపుమయ్య, నా కలుషమె యింత కింత కధికమ్మయి నన్వ్యధియింపకుండునే?

హరి: అయ్యా! మీరు చేసిన దేమున్నది? నా పూర్వభవసంచిత పాపఫలమే నన్నీ కష్టంబులకుఁ దెచ్చె.

నక్ష: రాజేంద్రా! నిత్య సత్య సంధుడవైన నీ కెప్పటికిని గష్టములు లేవు చూడు.

మ. కడకన్ గావలెనంచు సత్యఫలముం గాంక్షించి నీవే యొడం బడి కైకొన్న విపత్తులం బరితపిం పన్ గూడదయ్యా కడుం గడుదోసంబని నేనెఱింగియు వృథా క్రౌర్యంబునన్ నీ యెడన్ జెడుగు ల్సేయుట కెంత గుందితినొ నాచిత్తంబె తా సాక్షియౌ!

హరి: నక్షత్రేశ్వరా! దుఃఖింపకుము, పరమేశ్వరుఁడు నిన్ను రక్షించుగాక. వటూత్తమా! నాకింక సెలవొసంగుఁడు.

వీర: రావయ్యా! అరిశ్చంద్రుఁడా! కుండెత్తుకుంటావా!

హరి: అయ్యా, వచ్చుచున్నాను.

వీర: అరే అబ్బిగా! మద్దాసూ! ఇంటికాడికి మనోణ్ని తీసుకుపో, బామ్మడికి సొమ్మిప్పిస్తాను.

నక్ష: (స్వ) అయ్యో! నేనెంత కపట కృత్యముల నభినయించితిని? నన్నీ యకార్యమునకు నియమించునపుడు భగవానుడైన విశ్వామిత్రుడు నేనిట్టి

రట్టునకు బాలగుదునని తలంపడయ్యె గదా! ఇనుమును బట్టి యగ్నికి సమ్మెట పెట్టనట్లే గురూత్తమా! మీ వలన గదా నేనిట్టిపని కొడిగట్టవలసి వచ్చె. మీ యాజ్ఞానువర్తినై నిత్యసత్యకీర్తి యగు హరిశ్చంద్ర చక్రవర్తికి లెక్కలేని యిక్కట్టులఁ జేచేతఁ దెచ్చిపెట్టి నేను మీఁకు జెల్లించవలసిన గురుదక్షిణ నిశ్శేషముగా జెల్లించు కొంటిని గాని నేనిప్పుడన్ని విధముల దిక్కుమాలిన వాఁడనై ప్రపంచమునకు రోసి చావక బ్రతికియు న్నాను. ఇంకను నాకు దపం బెందులకు? ఎన్ని మన్వంతరములు తపంబొనరించినను నా యీ దుష్కృతి నిష్కృతి యగుటెట్లు? హా దీనబంధూ!

గీ. గురుతిరస్కృతి తగదనుకొనుట యొకటి యతని కార్యంబు నెఱవేర్తుననుట యొకటి యింత నిందకు నన్ద్రోచె నేను జనినఁ పాయ కది నిల్చు నెన్నిక కల్పములకైన

నే నిప్పుడేమి సేయుదు? నాకింక దిక్కెవరు? నా పాపంబునకుఁ బ్రాయశ్చితమెద్ది? భగవానుఁడా విశ్వపతీ!

శా. ఏయే ధర్మము లాచరింప నగు నేయే క్షేత్రము ల్మెట్టనౌ నేయే తీర్థములందుఁ గ్రుంక నగు నేయే దేవులం గొల్వనౌ నాయీ పాపము దప్పిపోవుట కనంతా దీనబంధూ! కృపా ళూ! యాపన్నుఁడ నీ వె దిక్కగుము కొల్తున్నిన్ను విశ్వేశ్వరా!

ఇంక దుఃఖించిన నేమి ప్రయోజనము? మా యుపాధ్యాయుడైనను దురుద్దేశముతో హరిశ్చంద్రుని బాధించుచున్నా డనుకొనను. తన వైరియగు వసిష్ఠుని సాధించుటకింత సేయుచున్నాడు. ఏది యెట్లున్నను మహానుభావుడైన హరిశ్చంద్రుని దుఃఖములు తలంచినచో వజ్రకాఠిన్య హృదయములు సైతము నవనీత సమానములు కాకపోవు. పాపమా లోహితాస్యుడా కాలకౌశికుని సేవానిర్బంధములో నెట్లున్నాడో! దైవమా! సర్వదా హరిశ్చంద్రునకుఁ దోడుపడుము. (ప్రకాశముగా) వీరబాహూ! ధనమిప్పింతువు గాని పద.

వీర: అయ్యోరూ రండి.

(నిష్క్రమింతురు)

ఇది పంచమాంకము.

శ్రీరస్తు

సత్య హరిశ్చంద్రీయము

షష్ఠాంకము

(రంగము : కాశీపుర స్మశాన పరిసరారణ్యము)

(పిమ్మట గాలకౌశికుని శిష్యులగు కేశవ జనార్ధనులతో లోహితాస్యుడు ప్రవేశించుచున్నాడు)

(గేయము - పార్సీమెట్టు)

అందరు - ఆటలాడుదమా చెండ్లాటలాడుదమా వాటమైన త్రొక్కుడు బిళ్ళాటలాడుదమా ॥ఆట॥ చెట్టులెక్కుదమా లేక గుట్టలెక్కుదమా అట్టు నిట్టు జీగురుబండలందు జాఱుదమా ॥ఆట॥ కూఁత పెట్టుచు దాగిలిమూత లాడుదమా ॥ఆట॥ ఆతరువు క్రింద గోలిలాటలాడుదమా ॥ఆట॥

లోహి - మిత్రులారా!

గీ. ఆటలకు వేళలేదు సాయంతనంపు టగ్నిహోత్రములకు వేళయయ్యె నిప్పు డయ్యవారలు ముక్కోపులగుట మీకుఁ దెలియునేకద రండు దర్భలను గోయ.

కేశ - జనార్ధనుడా! పాపము! లోహితాస్యుని కీనాడెన్ని దెబ్బలు తగిలినవిరా! అందుకే వీఁడు భయపడుచున్నాడు.

జనా - మనలను గూఁడ గొట్టునేమో రండు. తలకొకదారిం బోయి దర్భలఁ బత్రములఁ గోయుదము. (అట్లు చేయుచున్నారు)

లోహి - (నడచి పూలఁగోసి) ఈ పూలతావి చక్కగా నున్నది. ఇవి మా కాలకంటికై తీసి కొనిపోయెదను. ఇదిగో నీ పుట్టమీద దర్భలు బాగుగా బెరిఁగినవి. అందరి కంటే నేనే ఎక్కువ దర్భలను గోసెదను. (పుట్టనెక్కి కోయుచుండ పాము

కఱచును) హా! తల్లీ! హా! మిత్రులారా! నన్నొక పెనుఁబాము కఱచినది. (పడిపోవును).

అందఱు - (పరుగెత్తుకొనివచ్చి) నెచ్చెలీ! నీకేమైనది?

లోహి - అన్నలారా! ఇంకేమి కావలయును? నన్నొక పాము కఱచినది. ఇంక మాయమ్మను జూచుభాగ్యము నాకు లేదు.

కేశ - అయ్యో! అయ్యో! నీకెంత కష్టము కలిగెను? జనార్దనా! పాపము వీనికి మత్తు వచ్చుచున్నది. చెమటలు శరీరమునుండి యూఱక కాఱుచున్నవి. నోట నుఱుగులు పడుచున్నవి. కొంతసడి విసరనైన విసరుదము. (అట్లే చేయుచుండ)

లోహి - (కొంచెము తేఱి) అన్నలారా! చింతింపకుడు. నా యదృష్టమునకు మీరేమి చేయగలరు? మీ రిక్కడ నా మూలమున మసలవద్దు. మీకు మాట వచ్చును.

సీ. జాగయ్యెనని కొట్టునో గురుండట మిమ్ము
　　నిచట నుండక యింటి కేగరయ్య
అతిభక్తి మీకు లోహితుఁడంపినాడని
　　యీ కుశల్లురున కందీయరయ్య
సదయయై నారాక కెదురు చూచెడి తల్లి
　　కీ నాదుగతి వచియింపరయ్య
యేదిక్కు లేక నేనే లోకమని యున్న
　　జనని దుఃఖము బాపి మనుపరయ్య

వీలుగా నున్న గురు నొప్పుకోలుమీఁద
　　నమ్మ నొకసారి చూచి పొమ్మందురయ్య

విసము తలకెక్కె నేను జీవింపనయ్య
కడ కిదే మీకు నా నమస్కారమయ్య!

నెచ్చెలులారా! నా ప్రాణములు లేచిపోవుచున్నవి. మీరింక బొండు. హా తల్లీ! నీవైన నాదగ్గర లేకుంటివే? (మూర్ఛిల్లును)

జనా - అయ్యో! అయ్యో! ఎంతపని జరిగెను?

కేశ - మనమీంద కేమి రాదుకద జనార్దనా!

జనా - మనము వోయి పాపమా చంద్రమతి కీ సంగతి నెఱింగింతము. మనమిక్కడ నుండి చేయునదేమున్నది? (నిష్క్రమింతురు) (పిమ్మట చంద్రమతి పిడక లేరుచుం బ్రవేశించుచున్నది)

అకటకటా ! ఎంత మందభాగ్యురాలను. నిరంత మనంతపరిచారికాశతంబుల యూడిగంబు లందికొను పట్టంపు రాజ్ఞీపదం బనుభవింప జేసి దైవమా ! తుదకీ నీచగతి కేల పాల్పఱచితివి? తొలుతనే నన్నీలాటి దాసిగ సృజియించిన నీవు నాకెంత యుపకార మొనరించినవాఁడ వగుదువు! ఈ దాసికావృత్తి యందైనను నా యజమానురాలిని మెప్పింప లేకుంటినే? హా! ప్రాణపతీ! హరిశ్చంద్రా! నీ విప్పుడెందున్నావో కదా! కాలకౌశికునికి నన్నొప్పగించునప్పుడు మనసార మన కష్టంబులఁ దలంచుటకైనను వీలు లేకపోయినను గడకు మందభాగ్యురాల నగు నేను,

సీ. యజమానుఁడైన బ్రాహ్మణుని తీవరముచే
నింపార మిముఁ గౌఁగిలింప నైతి
నిబిడాశ్రువుల దృష్టి నిలుపలేకుండుటచే
గనులార మిము జూచుకొనగనైతి
దుఃఖంబు పొంగి కుత్తుక బంటి యౌట నో

రార మీతోడ మాటాడనైతి
మసలినన్ వడుగుచేమాట వచ్చునటంచు
నొక్కింత మీదండ నుండనైతి

కడకు నన్నొప్పగించి యీ కర్మమునకు
ముందుఁ బోలేక పోలేక పోయినాఁడ
వెందు నున్నాఁడ వేగతి నొందినాఁడ
విలను నున్నాఁడవో లేవో! యినకులేశ!

అక్కటా! శోకతీవ్రతచే యజమానురాలి యాజ్ఞను మఱచుచున్నాను. ఇంక దొందఱగాఁ బిడక లేరవలయు. (ఏరుచు) ఓహో! సాయంకాలమై పడమటి కొండయందలి సంజకెంజాయ విశ్వామిత్రుని కోపరసమో యనఁ బ్రకాశించుచున్నది.

మఱియు,

మ. కొడుకస్తం గతు డయ్యెనంచు దెలివిన్ గోల్పోవుచున్ గన్న ప్రే
ముడిఁ జింతించెడి లోకబాంధవునకై పూర్వాశ ప్రాణేశుఁడె
య్యెడకో పోయెనటంచుఁ బద్మిని సదాభృంగీరవ్యాపృతిన్
దోఁడగన్ మోముముడించి యేడ్వనెట బంధుత్యాగ మింతేకదా?

కాని వడుగులతోఁ గలసి యడవి కేగిన మా లోహితాస్యుం డింకను రాకున్నాఁ డేమొకో? రావలసిన వేళ గూడ యతిక్రమించుచున్నది. అదిగో,

శా. ఆవు ల్మందలలోన నిల్వకయె యంబాయంచు లేదూడలన్
ద్రావింపన్ దమచేఁపు బాలు వడి నిండ్లన్ జేరెడిన్ ముక్కలం

దేవో ధాన్యపుఁ గంకు లందికొని యప్డే గూండ్లకున్ జేరెనా
రావంబు ల్చెలంగన్ బులుంగు లకటా! రాడేఁమి నా పాపఁడే.

నేఁ డేకారణంబుననో నామనంబు పరిపరివిధముల దపించుచుఁ గీడునే శంకించు చున్నది. తొలుతఁ కుఱ్ఱవానిని స్వామి యడవికిఁ బంపునప్పుడు బాల్యచాపల్యముచే వాఁడు "నే నడవికిం బోలే" నన్నమాత్రమున ముక్కోపియైన కాలకౌశికుఁడు చబుకుం బట్టుకొని,

మ. "చెడుగాఁ యేపని చేతగానియెడ నాచే నౌనె ముప్పూటలున్
గడుపుబ్బ న్నిను మేప?" నంచుఁ దనువున్ గాయాలుగాఁ గొట్టినన్
బడలేకా వ్యధఁ బ్రాణభీతి "గనుడమ్మా! చూడవే" యంచు నా
కడకేతెంచిన పుత్త్రు కష్టగతి నా గర్భంబు ఛేదించెడిన్.

దైవమా! ఎంత నీచ దురవస్థకుం దెచ్చితివి. ఏది యెట్లయినను గుఱ్ఱవాఁ డింకను నాకంట బడలేదు కదా! చెడుదినములుగాన నామనంబు ప్రతిక్షణము శంకించుచునే యున్నది. (ప్రక్క జూచి) వారే వడుగులందఱు వచ్చుచున్నారు. అక్కటా! కోసిన దర్భలు మోయలేక కుఱ్ఱవాడు వెనుకం జిక్కె కాఁబోలు! నేను వానికి సహాయము వోయెదను. (ఎదురువోయి) ఏఁడి నా లోహితుఁడు? బ్రహ్మచారులు మాత్రము గనపడుచున్నారు గాని నా ముద్దులయ్య లోహితుండు కనంబడఁడే?

(వడుగులు ప్రవేశింతురు)

కేశ - జనార్దనా! పాపము చంద్రమతి ఇక్కడనే యున్నదిరా?

జనా - అయ్యో! ఈ దారుణవార్త యేమని వచింతుము?

చంద్ర - అన్నలారా! మా లోహితుఁడెక్కడ?

బ్రహ్మచారులు - (ఊరకుందురు.)

చంద్ర - ఏమి నాయనలారా? మాటాడరు? మఱేమి యప్రియము లేదు కదా?

కేశ - జనార్దనా! చెప్పుము.

జనా - నీవే చెప్పరా.

చంద్ర - అయ్యలారా! మిమ్ముఁ జూచిన నా కడుపు బ్రద్దలగుచున్నది. మీ ప్రియ మిత్రుడు లోహితాస్యు డేమయ్యెనయ్యా! కేశ - అమ్మా! మేమే పాపకర్మ మెఱుఁగము. మేమందఱ మడవిలో దర్భలు గోయుచుండ "మిత్రులారా! నన్నొక పెనుఁబాము కఱచినది" యను మీ లోహితాస్యుని దీనారవము మాకు వినంబడినది. అంత మేము పోయి చూతుము గదా సర్పదష్టుడై మరణవేదనఁ బడుచున్న నీ కుమారునిం జూచితిమి.

చంద్ర - హా! తండ్రీ! లోహితా! నే జచ్చితినిరా. (మూర్ఛిల్లును)

కేశ - అమ్మా! ఇంకఁ గొంచెము చెప్పవలసియున్నది.

చంద్ర - నాయనా! ఇంకేమి చెప్పవలయును?

కేశ - అప్పుడు స్పష్టముగా లేని వాక్కులతో నిట్లు చెప్పినాడు.

చంద్ర - ఎట్లు తండ్రీ!

కేశ - ('జాగయ్యె' నను పద్యమును చదువును) అట్లు చెప్పినప్పుడు మరణవేదన పడుచుండె. ఇప్పుడెట్లుండునో తెలియదు. ఎట్లయిన నీ కుమారుని నొక్కమాఱు చూచుకొనిరమ్ము. ఇదిగో ఈ మార్గమున సూటిగాఁ బోయితివేని నీ కొక వటవృక్షము గాన్పించును. దాని నీడయందే నీ నందనుండు పడియుండు. మేమింకఁ బోయి వత్తుము. మాకచట మాట వచ్చును.

చంద్ర - అయ్యలారా! పొండు. నా దురదృష్టమునకు మీరేమి చేయుదురు?

(బ్రహ్మచారులు నిష్క్రమింతురు)

చంద్ర - హా! కుమారా! లోహితా! నీకు మృత్యుదేవతయై యాకాలసర్పమెక్కడ దాపురించెనోయీ తండ్రీ! అడవికేగునప్పుడు "నేను నడువలేకున్నను నన్ను గురుండు బలవంతముగా గొట్టుచుఁ బొమ్మనుచున్నాఁ" డని నీ వెంత చెప్పికొన్న నింటనే నిల్పికొనఁ జాలని నేను నిన్నుఁ జూడ వచ్చుటకు మాత్రమెట్లు స్వతంత్రురాలనగుదును? కొడుకా! నీవునన్నుఁ బూర్ణముగా విడిచిపెట్టితివా? హా విధీ! పతివియోగముచేతనే యిదివరకు గృశించి కృశించి యెప్పటికైన మా హరిశ్చంద్రుని చూడకపోదునా? యెల్లకాలము గష్టము లిట్లే యుండునా యను మొండి ధైర్యముచే నెక్కడనో యొక్క ప్రాణముతోడ నీలాగు జీవించియున్న నాగర్భమునఁ బుత్ర వియోగాగ్నియుఁ దరికొల్పితివా? నాకింక దిక్కెవ్వరు? హా! ప్రాణేశ్వరా! హరిశ్చంద్రా! నీ విప్పుడెక్కడ నున్నావు? కాలవైపరీత్యముచే నీకుటుంబ మంతయు దిక్కుమాలి నేఁటికి జెట్టున కొక పక్షియై రాలిపోవలసి వచ్చెనే, అయ్యో! దుఃఖభారముచే సేవాకృత్యమును మఱచుచున్నాను. స్వామి యాజ్ఞంగైకొని కొడుకువడియున్న చోటునకైనబోయి చూచివచ్చెదను. అమ్మా! కాలకంటకీ! నీవిప్పుడేమందువో?

కాలకం - (ప్రవేశించి, కోపముతో) ఓసీ, అంసనారీ! నీ విల్లు కదలి ఎంతసేపైనదే? పిడక లేరుకొని రమ్మని పంపగా సుఖముగా నిక్కడఁ బ్రొద్దులు పుచ్చుచున్నావా? ఓసీ! నీకు మాసొమ్మెంత విషమైనదే! ఈ తీరుగా బనికొడలు దాఁచుకొని యింటికే ముఖము పెట్టుకొని తిండికి రావలయు ననుకొన్నావు?

చంద్ర - అమ్మా, కోపింపకుము. నేను మీ యానల శిరసావహించియే పని చేయుచున్నాను. నేఁడు నా దురదృష్టము పండి దర్భలకై యడవికేగిన నా కొడుకును బాము కఱచినదఁట.

కాలకం - ఓసీ, సూత్రధారీ! తొందరగా నెందుకుఁ బనిచేయవన్నందునకీ పన్నాగము పన్నినావు! ఛీ! ఛీ!

చంద్ర - అమ్మా! నే నబద్ధ మెన్నటికి నాడనమ్మా! దర్భలకై పుట్టనెక్కగా నా కొడుకును బాము పట్టెనఁట.

కాలకం - ఎవరు చెప్పిరి?

చంద్ర - వెంటబోయిన వడుగులు చెప్పిరి.

కాలకం - అయ్యో! మాకు ధనవ్యయంబు గలిగింప నీవెక్కడ దాపురించితివే? బోలెడు ధనముపోసి కొనిన మేము నీ జీవనమునకు దేవుడాయని యేడ్వవలసి యుండఁగా నీకెందులకే యీ యేడుపు?

చంద్ర - అమ్మా! కన్నకడుపుగదా?

కాలకం - అట్లయిన నిప్పుడేమి చేయమందువు?

చంద్ర - కుఱ్ఱవాడు పడియున్న చోటకేగి చూచి వచ్చెదను. సెలవీయవలయును.

కాలకం - ఓసీ, నిర్భాగ్యురాలా! ఇంటిలో జేయవలసినఁ బనులెన్నియో ముందుఁ బెట్టుకొని యెక్కడకో పోయెదననుటకు నోరెట్లాడెనే? నీవు పోయిన తరువాత నీ పని యంతయు నీ తాత యెవరు చేయును? ఊఱక నోరుమూసుకొని నా వెంట రమ్ము.

చంద్ర - తల్లీ, కాలకంటకీ!

మ. కడ ప్రాణంబున నున్నవాఁడొ, విసమెక్కన్ జచ్చెనో కానలోఁ
గొడుకమ్మా! ననుఁ బంపకుండినను యోగ్యుండైన వైద్యుం ద్వరం
బడి యచ్చోటికిఁ బంపుమమ్మ బ్రతికింపం జాలునేమో సుతున్
గడ కాళ్ళంటి నమస్కరింతు సుతభిక్షం బెట్టి రక్షింపుమా.

కాలకం - చాలు చాలిదివఱకుఁ దిన్నది చాలక మాసొమ్మింకను గుండము వేయుదువుగా! దర్భలకు పోయినవాడు పుట్టలెక్కుట యెందులకు? పాము

నోటికి గాలందీయఁగాఁ గఱవక ముద్దు పెట్టు కొనునా! కఱవకుండునట్లు దేశములోని పాముల కన్నింటికి వాకట్టు కట్టకుండుట మాతప్పాయేమి? నీ కొఱకై వైద్యునెవ్వరి నిక్కడ సిద్ధముగా నుంచలేదు. మాకు మందులు చేతఁగావు. ఇంటిలో బనులన్నియు జక్కబెట్టి రాత్రి మమ్ము నిదురపుచ్చి నీ వెక్కడికైనఁ బొమ్ము. (పోవుచున్నది)

చంద్ర - అమ్మా? నీ సెలవైనట్లే. (నడచుచు) హా! జీవితేశ్వరా హరిశ్చంద్రా! నీవుగూడ సేవా నిర్బంధమున లేవుగద! (అని నిష్క్రమించును)

(పిమ్మట నొక కుండ మూపుపై బెట్టుకొని హరిశ్చంద్రుడు ప్రవేశించి)

స్వామి యగు వీరబాహుడు నన్ను "హరిశ్చంద్రుడా! కాదు, కాదు. వీరదాసుఁడా! నేటి రాత్రియందు వల్లకాటియందు గావలియుండి, యుదయమున నింటికి వచ్చుచున్నప్పుడీ కుండ నిండఁ గ్రొత్తకల్లు నింపుకొని రమ్ము" అని యీ సురాభాండమును నాకిప్పించినాడు. ఆహా, సురాభాండమా! నీవు పూజ్యురాలవు. కావుననే, విశ్వామిత్రుని సహాయసంపత్తిచే విశ్వవిశ్వంభరాదేవికి నాస్థానంబగు నా భుజపీఠిపై నిట్లధిష్టించి యున్నావు. కానీ, నేనిప్పుడు శ్మశానవాటికకే వెళ్ళెదను. అంధకారమప్పుడే బ్రహ్మాండ మంతయు నావరించి కన్నులున్నవారిని గూడ గ్రుడ్డివాండ్రను జేయుచున్నది.

సీ. కలవారి యిండ్లలోపలి విధానము లెత్త
            నరుగు దొంగలకు సిద్ధాంజనంబు
మగలఁ గూరుకనిచ్చి తెగి యంటుగాండ్రకై
            తారాడు కులటల తార్పుగత్తె
అలవోక నలతి పిట్టలఁ బట్టి పేఁటాడు
            పాడు మూకములకుఁ బాడి పంట
మసనంబులోన నింపెసలారు శాకినీ

ఢాకినీ తతుల చుట్టాల సురభి

రేలతాంగికి నల్లని మేలి ముసుఁగు
కమలజాండంబునకు నెల్ల గన్నుమూత
సత్యవిద్రోహి దుర్యశశ్ఛవికిఁ దోడు
కటికచీకటి యలమె దిక్తటములందు

ఇంకఁ ద్వరపడి శ్మశాన వాటికకే పోయెదను. (పిమ్మట శ్మశాన భూమి కాన్పించును) అహో! ఈ శ్మశానంబునం దెచ్చటఁ జూచినను,

సీ. కాఁబోలు బ్రహ్మరక్షస్సమూహం బిది
ఘోషించుచుండె బుక్కుల క్రమంబు

కాఁబోలు వీరు విగత జీవబాంధవు
లడలుచుండిరి మహార్తారవములఁ
గాఁబోలు వీరు టక్కరి భూతమాంత్రికుల్
నెమకుచుండిరి కపాలముల కొఱకు
గాఁబోలు నిది పిశాచీబాంధవ శ్రేణి
పలలంపు బువ్వంపు బంతి సాగెఁ

చిట్లుచున్నవి కాఁబోలు చితులలోనఁ
గాల్పఁబడెడు శవాల కంకాళ సమితి
నెటఁ బెరీలను రవములే యొసఁగుచుండు
దిక్కులన్నిండ మార్మోగింత పిక్కటిల్ల.

ఎవరచ్చట! నాకెదురుగా నిలుచున్నారు. పిలిచి చూచెదను. ఓహో, ఎవరు వారు?

గీ. కాటిసుంకంబు చెల్లింపకయె శవాల
మసనమునఁ గాల్చరే కద మనుజులార?
కాఁపు లేదనుకొంటిరేమో పదండు
దళిత ఘోరారి యీ వీరదాసు గలఁడు.

(అని నడచి) ఓహో! ఎంతపొరబడితిని? సగము కాలుచు బరువులేక నిట్టనిలువునఁ బైకిలేచిన యీ శవమును బ్రాణిగా భావించితిని. అయ్యో! ఈ కళేబరపు దుస్థితి యెంత జాలిం గొలిపెడిని.

శా. మాయామేయజగంబె నిత్యమని సంభావించి మోహంబునన్
నా యిల్లాలని నా కుమారుఁడని ప్రాణంబుండునందాఁక నెం
తో యల్లాడిన యీ శరీర మిపుడిందుం గట్టెలం గాలుచో
నా యిల్లాలును రాదు పుత్త్రుఁడును దోఁడైరాఁడు తప్పింపగన్.

ఇట్టి శ్మశానములం గనినపుడెల్ల నీలాటి వైరాగ్యములు కలుగుచుండుట సహజమే. ఇంక నా మంచె దగ్గఱకు బోయెదను. (నడుచుచు) అయ్యో! దారి బొత్తుగా నిర్ణయింపలేకున్నాను. ఈ చేతిలోని కాష్ఠమును నేనిప్పుడు దీపముగా నుపయోగించుకొనియెద. (అని కొఱవింగైకొని) ఆహా, చక్రవర్తులకు సేవకాజనముపట్ల బంగారపుంగర దీపికలకంటె నా యిప్పటి నీచస్థితికి నీ కొఱవియే మిక్కిలి యుచితమైనది.

శా. కాలంపుం గతి నెప్పుడేది యెటు భోగ్యం బప్పుడప్పాటనౌ
నాలీలన్ మును సేతు శీతనగ మధ్య ప్రాచ్య సామ్రాజ్య హే
లా లీలానుగతిన్ జరించి యిపుడీలాగైన నా ప్రాప్తికిన్
నాలో నాకొకభంగి నవ్వగు దురంతంబైన దుఃఖంబుతోన్.

మఱియు,

మ. చతురంబోధి పరీత భూవలయ రక్షాదక్ష చామీకరా
యత దండంబు ధరించు నీ కరమె యాహా! యిప్పు డిక్కాటిలో
జితిలోఁ గాలుచునున్న నీ కొఱవి దాల్చెన్ నవ్య మాణిక్య రా
జిత నీరాజన కాంతికిన్ బదులు వచ్చెన్ శోచనీయంబుగన్.

అయ్యో! ఈ కొఱవి యిప్పుడే యాఱినది. పోనీ, పాఱవైచెదను. (అని మెల్లగా నడచి) ఓహో! ఇదే శ్మశాన రాజ్యాభిషిక్తుఁడ నగు నా సింహాసనము (అని యెక్కి) నేనిక్కడ నోమరితనమున గూర్చున్న నిదుర వచ్చి స్వామి కార్యంబునకు భంగము కలుగదా, అయ్యో! నాకును నిద్రాహారములకును ఋణముతీఱి యెంతకాలమైనది? సుగుణవతియు నా యర్ధాంగ లక్ష్మియు నగు చంద్రమతిఁ గొడుకుతో నొక్కనికి దాసిగా నెప్పుడమ్ము కొంటినో నాఁటితో నాకును నాసౌఖ్యమునకును ఋణము దీఱినది. మొండిపడి ప్రాణము మాత్రము వెడల పోకున్నది. ప్రాణము పోయిన నీ దుఃఖము లన్నియు నెవ్వరనుభవించు వారు? ఆహా! దైవోపహతుఁడనై నేనిప్పుడెన్ని విధముల బాధింపబడుచున్నాను.

మ. అకటా! యొక్కని పంచ దాసియయి యట్లల్లాడు నిల్లాలి పా
ట్లకుఁనై కుందుదునా? సువర్ణమయ డోలాకేళికిం బాసి పొ
ట్టకునై రోసి తపించు నా కొడుకు జాడం గాంచి దుఃఖింతునా?
యిఁక నీ నీచపు గాటికాఁపరిని నాకే నేను శోకింతునా?

హా! హా! లోకములోనిఁ గష్టములన్నియు నన్నే కోరి వరించినట్లున్నవి? కాకున్న నిన్ని కష్టము లెవ్వరనుభవింతురు? అయ్యో! ఈ నిర్భాగ్యపు హరిశ్చంద్రుండు గతించిన వెనుక మరలఁ గష్టములకు దావెక్కడ దొరుకునో. రాజ్య వియోగంబునకై దుఃఖింపను. మహారణ్యావాసాది ఘోరదుఃఖంబులెన్ని సంభవించినను గణింపను. కడకతి నీచంబగు నా యీ చండాల దాస్యంబునకు గూడఁ బరితపించను. కాని చేపట్టినదాది నన్నే పరమ దైవంబుగ భావించుచు నా మూలమునఁ దనకంతలేసి

కష్టములు సంభవించినను క్షమాగుణ సంపత్తిచే సహించుటే కాక తన్ను నొక్కనికిం దెగనమ్ముకొనుట నీచంబని నే సంకోచించునప్పుడు "నాథా! సత్యప్రతిష్ఠకై యొనర్చు నీచ కృత్యంబులు సగౌరవములే యగు" నని నాకు నుత్సాహము కలిగించి నా సత్యదీక్షం గాపాడిన నా యర్ధాంగ లక్ష్మి యగు చంద్రమతీ దేవి వియోగదుఃఖము నేనే గతి భరింతు? హా దేవీ! అసూర్యంపశ్యా! నీ రాణివాస సౌఖ్యం బేమయ్యెను? అయ్యో! సాధ్వీమణీ! నీ పతి బ్రతికుండగనే నీవనాథవై యొక్కని దయకుం బాత్రురాలవు గావలసివచ్చె గదా! హా కుమారా! లోహితా! నిన్ను మరల నేనెన్నఁడు జూడఁ గలుగుదు? తండ్రీ! దాసదాసీ జనంబుల చేతులనుండి యడుగటు పెట్టనీక మిగుల గారాబమునఁ బెంచిన నిన్నిట్టి నిష్ఠురతమంబగు దాస్యంబున కొప్పగించితి కదా! అక్కటా! నాదుఃఖమంత కంతకు మితిమీరుచున్నది. కడచిన విపత్తు లొక్కటొక్కటిగఁ దలంపునకు వచ్చి నా ధైర్యమును మరింత మాపుచున్నది. ఆహా! ఆనాఁడు భార్యాపుత్రులం గాలకౌశికునకు విక్రయించునప్పుడు "దాసీ! కదలవేమి!" అని యప్పాఱుడు తన తల్లి నడలించినాఁడని మా లోహితుఁడు "ఓరీ! మా యమ్మ నెక్కడకుగొని గొనిపోయెదవురా!" యని తనపై నదరినాఁడని యా కాలకౌశకుఁడు నిర్దయుడై,

మ. "కుడవం గూటికి లేకపోయినను నీకున్ రాజసంబెంత హె
చ్చెడురా! ఛీ! తలకెక్కెనే పొగరు దాసీ పుత్ర" యంచున్ సుతున్
పడద్రోయన్ గొడుకట్టె నా వదనమున్గన్నీళ్ళతో జూచె హా!
కడుపున్ ఱంపపుఁ గోఁతఁగోయునదియే గాయంబు గాకుండఁగన్.

అయ్యో! అట్టి దురవస్థనుండి సతీసుతులం దప్పింపలేక పోయితిగదా! నాకై గదా, రారాజు బిడ్డయగు నిల్లాలు దిక్కుమాలి పరులకొంపలఁ జాకిరికత్తెయై యల్లాడుట, ఛీ! ఛీ! కఠినాత్మా, హరిశ్చంద్రా! నీ జన్మము నిజముగా నిరర్థకమైనది. చూడు,

సీ. విడలేక నీ వెనువెంట వచ్చెదనన్న
పౌరుల దుఃఖముల్బాసినావో
సరిరాచబిడ్డయౌ సతిని నిల్లాలిని
బ్రియ మారంగా సుఖపెట్టినావో
గడుపారఁ గన్న యా గొడుకును ముద్దుగాఁ
బెంచి ముచ్చటలఁ జెల్లించి నావొ
పుత్రవత్సలత నెప్పుడు నన్నుఁ బ్రేమించు
కులగురు నాజ్ఞలో మెలఁగినావొ

గీ|| రవి మొదలుకొని నీదాఁక బ్రబలుచుండు
స్వకుల గౌరవములను గాపాడినావొ
చావకెందుకు ఛీ! హరిశ్చంద్ర! నీవు
బ్రతికియున్నావు జీవచ్ఛవంబ వగుచు.

అయ్యో! ఎంతవైపరీత్యము జరిగెను. ఎప్పటికైన శుభములు రాకపోవునా యను ధైర్యము గూడ నంతరించినది. బ్రతికి యున్నంతవఱకు దేవికా దాస్యదుఃఖంబును, నాకీ కాటికాపరి యుద్యోగమును నవశ్యానుభోక్తవ్యంబులే కదా!

శా. నా దాసీత్వముఁ బాపి యెప్పటికినైనన్ జింత లీడేర్పడే
నా దేవుం డను నాసతో నసువులన్బారంబుగా మోసి నే
నే దిక్కౌదని నమ్మియుండు సతి నాహీనస్థితిన్ గానమిన్
ఈ దౌర్భాగ్యపు గాటికాపరితనం బేపాటితన్ బ్రోచెడిన్.

అకటకటా! మందభాగ్యుఁడనైన నా చిత్తమునకు శాంతి యెప్పటికో! అయ్యో! ఇంక శాంతి గాకేమున్నది?

శా. నానాటన్ బరిపాటి నా మది దురంతంబైన చింతాహతిన్
మానై రాయయి వజ్రమై స్వగుణ ధర్మంబైన చైతన్య లీ
లా నైజంబుఁ ద్యజించి నిర్వికృతి మేళ్ళన్ గీళ్ళ నొక్కుమ్మడిన్
బూనున్ యోగి మనంబురీతి యపుడే పో శాంతి నా చింతకున్.

కావున నింక దుఃఖించిన మాత్ర మేమి ప్రయోజనము? సత్యస్థైర్యుఁడనైనఁ నే నింక ధైర్యమునే వహింపవలయును. అయ్యో! ఏమిది? దుఃఖ ప్రాబల్యమునఁ గర్తవ్యంబు మఱచితిని. (శ్రుతి నభినయించి) ఎక్కడనుండియో యీ దీనారావంబు శ్రవణ గోచరంబగుచున్నది, పోయి చూచెదఁగాక!

(పిమ్మట నొక మూలనుండి చంద్రమతి ప్రవేశించుచున్నది)

చంద్ర - అయ్యో! ఈ యర్ధరాత్రమున నా కుమారుని జాడ నెవ్వరి నడుగుదును? దిక్కులేని నాకుఁ బ్రకృతియే తోడు గావలయును.

సీ. జలదమా! సుంత మార్బలికిన దోసమా
        యెఱుగవా నీవు లోహితునిజాడ
పరుగెత్తకుము చక్రవాకీ! యేకడనైన
        గనుఁగొంటివమ్మ నా కన్నవానిఁ

గాసంత మెఱపించి మోసగించెదవేల
        తోడురావమ్మ విద్యుల్లతాంగి
జలదపుఁ దెరఁబాసి వెలికి రండొక్కింత
        తారలారా! నా కుమారుఁ జూప

కానవా వాని గంగాభవాని? సుంత
        గోల చాలించి వినుము నా గోడు కొంత

వేగ గాన్పింపుమయ్య యో విశ్వనాథ!
నీ కుమారునిఁ బోలిన నా కుమారు.

అయ్యో! గతిచాలనివేళ నా మాట సెవ్వరు పాటింతురు? హా! సుతా, లోహితా! నీవెక్కడ నున్నావు, తండ్రీ! మునికుల పవిత్రా, గాధిపుత్రా! మమ్మెంతయైన సాధింపుము. ఒక్కమాఱు నా కుమారుని జూచుకొన నిమ్ము. (నడచుచు) ఏమిటి? కాలికి నేదియో మెత్తని వస్తువు తగిలినది. నా కుమారుని శరీరము కాదుకదా? (పరికించి) హా! లోహితాస్యా! నీ కెంతటి యవస్థ సంభవించెనురా? కొడుకా! పలుకవేమి? అయ్యో! ఇంతటి కంటకములచేత నిదివఱకె నొత్తుకొనుచున్న నీ మృదుశరీరము కఠినం బగు నా పాదతాడనంబు చేత నింకెంత బాధపడుచుండెనో తనయా! పుట్టిన దాది, యే కష్టము లెఱుంగని నిన్ను గురుండ డవికి బంపుచుండగా నూఱకుంటినని నాపై నలిగితివా? లేకున్న నా తోడ నీ వేల మాట్లాడవు? నాయనా! శరత్కాల పూర్ణిమా రాకా నిశాకర బింబంబు విడంబించు నీ ముద్దు మోము చిఱునవ్వు వెన్నెలచే నలరారుచుండఁ గనులార జూడకున్నను నమృత రసంబునకే లభింపరాని మాధుర్యంబుఁ జిలుక నీ ముద్దు పలుకులు చెవులార వినకున్న బ్రతుకున కింకేమి యున్నది తండ్రీ? నేనింకెవ్వరినిఁ జూచి పుడమిపై జీవించి యుందును, నాకింకెవరు దిక్కు? రాజ్యసుఖాద్యుత్తమ భోగంబులను బాసి చేసికొని పతికి దూరస్థురాలనై యొక్కయింట నూడిగంపుగత్తెనై కాలము గడుపు నీచస్థితికి వచ్చినను గడుపునఁ బుట్టిన కుమారుఁడవు, సకల లక్షణలక్షితాకారుండవు, వంశైక విస్తారుఁడవు, నీ వొక్కఁడవు గట్టిగా నున్నాఁడ వంతియే చాలునని ప్రాణములన్నియు నీ మీఁదనే నెలకొల్పి బ్రతుకు చున్న నన్నిప్పుడే సముద్రమునఁ ద్రోసి బోయెదవు. తండ్రీ! దాసదాసీ జనము లూఁపు బంగారు తూగు టుయ్యెలలపై సుఖ నిద్రంజెందు సౌఖ్యమప్పుడే యంతరించినను నీకు నా కాలకౌశికుని యింటఁ బండుకొనుటకు నాపైట కొంగైన నింత యాధారము దొరకుచుండునే! నేడేదియు లేక దట్టముగా యుండుటచే నిండియుండిన యీ

నట్టడవిలో నీ యర్ధరాత్రమున నిట్లొంటి నిద్రించుచుంటి వేమోయీ? కొడుకా! లోహితా! నీకు నేటికి గులకఱాలు నేలయే పూలపాన్పయ్యెనా? అయ్యో! క్రూరసర్పమా! నే నిన్నేమందును? నిష్కారణముగ నా కుమారునిఁ జంపితివి. ఛీ! సర్పాధమా?

మ. పని యేమున్నది నిన్ననన్ నడకలాఁ వక్రంబు లే ప్రొద్దు నీ
వనిలో ఘోరవిషంబు గ్రక్కుట జగత్ప్రాణాశనోద్వృత్తి పె
ట్టిన పేరే యదిగాక నాలుకలు రెంటిం దాల్చినా విట్టి నీ
కనుకంపా గుణముండునన్న నెటు సాధ్యంబౌను దర్వీకరా!

అయ్యో! శోకాతిరేకముచే నీ పామును దూషించు చున్నానేమి? ఇప్పటికి రాత్రిలో మూడవ జాము జరుగుచున్నట్లున్నది. తెల్లవారక మునుపే గంటికిఁ గనఁ బడకున్న దొరసాని యూరకుండదు. కొడుఁకా! ఇంక నీ నవమన్మథాకారమును జూత మనుకొన్నను సంభవింపదే యని యిప్పుడే తనివి తీర జూచుకొనుచు నీ శవము కడఁ దడవు నిల్చుటకైనను నిప్పుడు స్వతంత్రురాలను గాకుంటినే? నాయనా! రమ్ము, లోకాచారముల ననుసరించి నిన్ను జేతులారఁ గాటికప్పగించి చేతులు గడుగుకొని యెద. (ఎత్తుకొని) అయ్యో! ఇప్పుడు స్మశాన వాటికకు నేదారియని పోయెదను? పుత్రశోకంబున నావరింపబడిన హృదయము వలెనే బ్రహ్మాండ మంతయు నంధకార బంధురంబై యున్నది. లోహితాస్యుండను నా బాల సూర్యుడస్తమించిన వెనుక లోకమున నంధకారము గాక యింకేమున్నది. (నడచుచు) ఆ వంక నేదియో వెలుతురు గాన వచ్చుచున్నది. నరసంచారము లేని యీ కాంతారమున నే మానిసి యలికిడి లేకపోయినను, దిక్కులన్నియు వ్రక్కలగునట్లు పిక్కటిల్లుచున్న గంగానదీ ఘోషం బులును నీ నట్టడవి యందలి ఝుల్లీ నినదంబులును నా గుండెలు బ్రద్దలగునట్లు చేయుచున్నవి. (నడచుచు) ఆ వెలుతురున్నచోటె స్మశానవాటిక కాబోలు! ఆ ప్రక్కనే నడచెదను. అహో! ఇదే స్మశానవాటిక. అయ్యో! సాహసంబు చేసి ఇచ్చటికి వచ్చితిని. ప్రాణంబులకు

రోసిన నాకు సాహసంబు గాక ఇంకేమున్నది? కులవర్ధనుఁడగు నీలాటి కొడుకిట్లు కాటిపాలైపోయిన వెనుక నేనింకను బ్రతికియేమి ప్రయోజనము తనయా! నీ విచ్చటఁ బండుకొనుము. నీ దహన కార్యమునకై నిన్ని చితుకులైనఁ బోగుచేసెదను. (అట్లు చేయుచు) ఆహా! ప్రాణపతీ! ఇట్టి కష్టకాలమునఁ గూడ నీవు దగ్గఱలేకుంటివే.

(ప్రవేశము - హరిశ్చంద్రుడు)

గీ. హృదయమున దుఃఖ మింతేనిఁ బదిలపడదు
మఱతునన్న సతీసుతుల్మఱపురారు

కంటి కిదియేమొ పలుమాఱు కానిపించు
నెక్కడో యున్న నాదు లోహితుఁడు నేఁడు

చంద్ర - హా! సుతా! నన్ను వదిలిపోతివా?

హరి - అహో! ఎక్కడిది యీ దీనారవము. ఇది పరికింపఁగా సతీ కంఠ స్వరంబుగా నున్నది, కాని పురుషునిది కాదు. పాపమా మందభాగ్యురాలెవరో పోయి చూచుట మేలు. (నడచుచున్నాఁడు)

చంద్ర - హా! కుమారా నాకు నేటితో సర్వాశా పూర్తి యయ్యెనుగా తండ్రీ! నీ దహన కార్యమునకుఁ దుదకుఁ గట్టెలకుగూడ గతిమాలి నీ తల్లి యల్లాడవలసివచ్చెనే. (శవము నెత్తికొని) హా, పుత్రా! నీకు నేనెంత ఘోరముఁ జేయ సాహసించితిని.

మ. చనుఁ బాలిచ్చినతోడనే నిదుర బుచ్చన్ బొత్తులందుంచి య
ల్లన జోకొట్టుచు నొక్కకేలఁ బెఱకేఁలన్ డోలికం బట్టి యూఁ
చిన నీతల్లియె యిప్పుడీ చితిపయిన్ జేసేత నిన్ జేర్చి హా!
యని దుఃఖించెడు దిక్కుమాలిఁ కొడుకా యన్యాయమింకేమనన్

నాయనా! రాజాధిరాజ కుమారుడవైన నీకుఁ గాలవశమునఁ గష్టములు వచ్చినను జనిపోయిన వెనుకనైనను నీ దహన విధి యథావిధి జరుగక యీ వల్లకాటి యందెవ్వనిదో యొకని చితిలో సగము కాలిన యల్పకాష్టముల నీకాధరములయ్యె గదా! నవమాసము మోసి, కని, ముద్దుముచ్చటలం బెంచిన నీ కన్నతల్లియా నీకుఁ గడకు దల కొఱవి నిడుట. ఛీ! ఛీ! చంద్రమతీ! నీ వెంత రాకాసివి! ఈ దుఃఖమున నీపతికి దావీయక నీ వొక్కతె నిట్లనుభవించుటకు నీ జన్మంబెంత దౌర్భాగ్యపు జన్మము. (కొఱవి చితి నంటించుచున్నది)

హరి - (సమీపించి, స్వగతము) ఓహో! నాయాజ్ఞలేకుండగనే నిక్కడఁ జితిఁ గూడఁ బేర్చినదే. (ప్రకాశముగా) ఓహో! ఎవ్వతె వీవు?

స్రగ్ధర:

పడతీఁ యేకాకివై నిర్భయమున నిటకున్ వచ్చి నా యాజ్ఞ లేకీ
నడిరేయిన్ వల్లకాట న్శవ దహన విధి న్సల్పుచున్నావుగా! ఛీ
చెడుగా చాల్గాలు వోపో చెడెదవు తగునే చేడె కీకృత్యముల్ నా
కడనా నీ మ్రుచ్చు వేసాల్కదలు కదలుమా కాడు నీ యబ్బ సొమ్మా!

(అని చితిం గూల దన్ను చున్నాడు) చంద్ర - అయ్యా! ఇప్పుడు గూడ నెంత పరాభవము జరుగుచున్నది. హా ప్రాణపతీ! ఇట్టి యవస్థయందు నీవు సహాయపడుటకు నా యండ నుండ వైతివే!

హరి - (స్వగతము) ఏమి? పతివిదూరయా? ఎవతెయో కాని,

గీ. ఈ నెలంత సుశీలగాఁ గానిపించుఁ గారణాంతరమున నిట్టి కష్టదశను జెందినట్లున్న దదికాక ముందు నేను విన్నదియుఁ గానే యున్నది వెలది స్వరము.

అయినను విచారించిన దప్పేమి? (ప్రకాశముగా)

మ. పడతీ యెవ్వతెవీవు? ఱాలుగరగన్ వాపోవుచున్నావు నీ కొడు కెద్దాన గతించె? నెవ్వరున్ నీకుం జుట్టముల్ లేరే యీ నడిరే యొంటిగ నెట్లు వచ్చితి శ్మశాన క్షోణికిన్? జిత్ర మ య్యెడు నీరీతి వచింపు మేడ్చి ఫలమేమీ! యూఱటం బొందుమీ.

చంద్ర - (స్వగతము)

గీ. అరయ నితఁడొక మహనీయుఁ డట్లు తోఁచు నీతని వచోవిధం బెన్న నేమొ కాని పరిపరివిధంబులను బాఱు హృదయవృత్తి యింత దుఃఖంబునన్ గొంత శాంతి వొడము.

ఏమైనను నిప్పుడు మౌనము వహించిన గార్యము నెఱవేఱదు కాన నిట్లు మాట్లాడెదను.

చ. పురుషవరేణ్య! నీ వెవఁడవో యెఱుఁగన్ మసనంబు లోపలన్ దిరిగెడు భూతనాధుడవొ దీనదశాకలనన్ గృశించు నన్ గరుణ ననుగ్రహించుటకుఁ గా నరుదెంచిన సిద్ధమూర్తివో పరమదయాబ్ధి నే నవని పైఁ గొఱగాని యభాగ్య దేవతన్.

హరి - మానినీ! నే సిద్ధుండ గాను, భూతేశుండఁ గాను. ఈ వల్లకాటికిం గావలి గాయువాఁడను. కాని సాహసము చేసి యీ యర్ధరాత్రమునఁ దోడులేక యిక్కాటికెట్లు వచ్చితివి? నీ చరిత్రయేమో యెఱింగింపుము. వచ్చిన కష్టము లనుభవింపక తీఱదు కదా!

చంద్ర - మ. అనఘా! ఎంతని విన్నవింపగలనయ్యా! రోళ్ళరోకళ్లదా

బాడిన నాదీన చరిత్ర మెల్ల నొకపాడిన్ జేసి యీ దేహము

క్కని సొత్తౌటఁ దలంచి ప్రాణముల బిగ్గంబట్టుటేకాక యే
మని జీవింతును దిక్కుమాలి కడుహేయంబైన దాస్యంబునన్?

పూజ్యుడా! ఈ దీనురాలికి నిప్పుడెవ్వరు తోడురాఁ గలరు? చూడు,

సీ. కొడుకా! యటంచు నా పడు నవస్థకు జాలి
గొని యేడ్చు నలదిశాంగనలె తోడు
తన జంటంబాసి మింటను గూవు కూవు మంచు
శోకించు నల చక్రవాకి తోడు
నను౦ నూరడింప హోరని యేడ్చు లోక పా
వనియగు గంగా భవాని తోడు
నను జూచి౦ బొటబొట మని మంచు కన్నీరు
లం గార్చు తీవెయిల్లాండ్రు తోడు

ఆపదలకై వారి నా యన్న వారి
దిక్కులేనట్టి నా వంటి దీనసతికిం
కాశీ విశ్వనాథుడే కలడు తోడు
కడమ తోడేడ నాకు నో కాటిఱేఁడ!

మహానుభావుఁడా! నీవు నాకు గడు బూజ్యుడవుగా దోచుచున్నాడవు. నేనీ కాశీ పురంబున నొక బ్రాహ్మణుని యిం ట దాసిని. నా పే రంసనారి యందురు. ఈ చనిపోయినవాడు మదేక పుత్త్రుఁడు, వీనిని నేఁటి సాయంసమయమున

చ. అడవికి బోయిఁ గట్టెలఁ గుశాదుల దెమ్మను ఱేని యాన ని
య్యడ కరుదేర నాదు దురదృష్టముచే బెనుబాముచేత నీ
కొడుకున కీ నవాంగనజనకున్ మరణమ్ము ఘటిల్లెనయ్య నా
పడు దురవస్థ యేమనుచుఁ బల్కుదు? దుఃఖము పొంగి పొర్లెడున్

హరి - (స్వగతము) ఏమిది? ఈ మానినిం జూచినప్పటి నుండియు నా హృదయ మకారణముగా దుఃఖ సంకులం బగుటయే కాక విశేషించి

ఉ. ఈయలివేణి నోట వచియించెడు నొక్కొక్కమాట యొక్క వ
జ్రాయుధమై పెకల్చెడు శిలాకృతియ గాంచిన నాదు మానసం

బీయమ మాటపొందికయు నెల్గుఁదెఱంగు యుదంతమెల్ల ని
స్సీ యనరాదుగాని స్పృహియించును జంద్రమతీ సతీ మణిన్

అవిగాక యిక్కాంత కష్టోదంతంబెల్ల మందభాగ్యుండనైన నాకే తగిలి వచ్చుచున్నది. చనిపోయిన యీ కుఱ్ఱడు మా లోహితుడు కాదు గదా? ఛీ! ఛీ! నా పాడు తలంపున కెట్టి దురూహ పొడమినది? కొడుకా! లోహితా నీకమంగళము ప్రతిహతమగుగాక. ఇంక నా పెడగుదలంపుల మానివేసి నా విధియందు నే నప్రమత్తుడై మెలంగెద. (ప్రకాశముగా) ఓ మానినీ! నీవెవ్వతవైన మాకేమి గాని, నా యాజ్ఞ లేకుండ నిక్కాటి కీశవమేల కొనివచ్చితివి? ముందు చెప్పుము.

చంద్ర - పూజ్యుడా! శవదహనమునకు గూడ నొకరి యాజ్ఞ కావలయునా?

హరి - ఏమీ! టొత్తిగా నిచ్చటి కాటిచట్టముల గుర్తెఱుంగకున్నావే! ఎవ్వరు గాని దహింపవలసిన శవమును దెచ్చి ముందు మాకు జూపి, చెల్లింప వలసిన సుంకమును చెల్లించిగాని దహనకార్యం బుపక్రమింపరు. నీవు బలు తెగువ దానివిలా గున్నావు కాని

చ. పదపద యిప్పటికైనఁ దెఱవా! తడవయ్యెను మాకు నేల ని
ల్చెదవిఁక? నీ కుమారుని కళేబర మావల బాఱవైచునం
త దనుకఁ బోవె? శూలినయినన్ దలగోయక యూరకుందునా
ముదితవుగాననే బ్రతికిపోయితి వింక దొలంగు మిచ్చటన్.

చంద్ర - ఓ దయామయా! ఎఱుగక చేసిన నా నేరమును మన్నింపుము. నేనిప్పుడు శరీర మాత్ర విభవనై యున్నాను. విప్రు నింట నూడిగము చేసి

కొనినగాని, గ్రాసవాసంబులు జరుగని నిరుపేదరాలను, నేనే మూలమునఁ గాటి సుంకమునుఁ జెల్లింపగలను?

హరి - (స్వగతము) అకటా! నేనెంత కాఠిన్యము వహింపవలసి వచ్చెను. (ప్రకాశముగా) మానినీ! నీవు పేదరాలవైన మాకేమి? భాగ్యవంతురాలవైన మాకేమి? భాగ్యమున్నను రావలసిన సుంకము కంటె నెక్కుడు మేమపేక్షింపము. మాడయొకటి, పిండంబు, దండులంబులును, నొక పాతయు మా కిచ్చినంగాని నేనీ శవమును దహింపనీయను. నన్నుఁ గఠినాత్ముండని యెంచినను సరే, కులధర్మంబు నీటింబుచ్చి యీ రీతిం గాటి కాపరితనముచే జీవించు నీ చండాల దాసునకుం గరుణ యెక్కడిది? పొమ్ము.

చంద్ర - అయ్యో! ఎవ్వరైననేమి? దీనరక్షణము తప్పుగాదు కదా!

హరి - తప్పో యొప్పో మాకడఁ జెప్పకుము. పొమ్ము శవమును బాఱ వైచెదఁ జూడుము. (అని పాఱవైవఁ బోవును) చంద్ర - అకటకటా! ఎంతటి కాని కాలము సంభవించినది. విశ్వవిశ్వంభరా చక్రంబున కెల్ల నేకచ్ఛత్రాధిపత్యము వహించి యశ్రాంతంబు పాదాక్రాంతులైన సామంత భూకాంతులకోటీర మణిఘృణీరావంబులచే విరాజిల్లు పాదయుగళముల చక్రవర్తికిఁ గుమారుడై కడకీ కాటిలోఁ జేరెడు నేలకేని స్వతంత్రుఁడగుటకు నోఁచుకొనక పోయెనుగా! కొడుకా! నీ ప్రారబ్ధంబున కెంతని విలపింతు?

హరి - (స్వగతము) ఈ బాలుండెవ్వడో మహారాజు కుమారుండని విస్పష్టమైనది. నేనింక నేమని తలంపను? వీడు నిశ్చయముగా మా లోహితాస్యుడేమో? నిస్సంశయముగాఁ బేరు తెలియకయే నే నేల కీడునే యూహింప వలయును? తండ్రీ! లోహితాస్యా! నీకు దీర్ఘాయురారోగ్యములు గలుగుగాక! వీఁడెవ్వ డైన నేమి? నా విధి యందు నేనొక విధముగాఁ బ్రవర్తింప రాదుగదా! (ప్రకాశముగా) ఓ కాంతా! నీవెంత యేడ్చినను నేను గరుణింప జాలను. నీ యుదంతం బంతయుఁ గడు నద్భుతముగ నున్నది. చనిపోయిన వీఁడు రాజకుమారుఁడైనట్లు నీ యేడుపు

వలనఁ దెలియవచ్చినది. నిజముగా నీవు రాచదేవేరివేయైనచో మా కీయవలసిన కాటిసుంకము నీకడ లేకుండునా!

చంద్ర - అయ్యో! కాలవైపరీత్యమున నుత్తమ పదవిం బాసి యిప్పుడే నేను శరీర మాత్రవిభవనై యున్నానని యిదివఱకే విన్నవించుకొంటినే, నీ కేల దయరాదు?

హరి - నేనిది బొత్తిగా నమ్మను. నీ కిప్పుడున్న విభవము శరీరమాత్రమే కాదు. ఆలోచించుకొనుము. చంద్ర: అయ్యో! ఇంకేమున్నది?

హరి - ఏమీ! ఇంకేమీ లేదా? చూడు,

మ. దళమౌ పయ్యెదలో నడంగియు సముద్యత్కాంతు లీరెండలన్
మలియింపన్ దిశలన్ ద్వదీయ గళసీమన్ బాలసూర్యప్రభా
కలితంబై వెలుగొందుచున్నదది మాంగల్యంబు కాఁబోలు! నే
వెలకైనం దెగనమ్మి నీ సుతునకై వెచ్చించినన్ జెల్లదే?

చంద్ర - (ఉలికిపడి) అయ్యో! దైవమా! రెండవ సురజ్యేష్ఠుండగు వసిష్ఠ మహర్షి ప్రభావంబుచే నా పతికి దక్క నన్యులకు గోచరంబు కాని నా మంగళసూత్రం బొక్క చండాలుని కంటఁ బడెనా! కాదు కా దీతఁడు నా పతి హరిశ్చంద్రుడే. (అని కౌగిలించుకొని) హా! జీవితేశ్వరా! హా! విశ్వంభరాఖండ రాజ్య ప్రదాన సందర్పిత కౌశికా! హా! వసిష్ఠ ప్రియశిష్యా! హా! సార్వభౌమలలామా! హా! సత్యప్రియా! హా! హరిశ్చంద్రా! నేనే మంద భాగ్యురాలనగు నీ జీవితేశ్వరిని, చంద్రమతిని. ఎల్లప్పుడల్లారు ముద్దుగా బెంచిన నీ వంశాంకురంబగు నీ కుమారుడు లోహితాస్యుఁడీ కాటిలో గులకరాలపై నెట్లు పండుకొని యున్నాడో యొక్కమాఱు కన్నెత్తి చూడుము. ప్రాణపతీ! రాజరాజకోటీరమణి మంజరిమంజరిత పాదాంభోజుఁడగు నీకా యీ కాటికాపరితన ము? అకటకటా! దురవలోక్యంబగు నీ ప్రేతాలయంచే నీ కయోధ్యాపురం బయ్యెనే? కఱకుఁ గలిగిన నులకత్రాళ్ళచే

నల్లబడిన యీ మంచెయే నీకు నవరత్న సింహాసనం బయ్యెనా?
భయంకరంబులగు నీ భూతభేతాళ పిశాచ గణంబులా నీకు భట సముదాయము?
శవనికరంబుల దహించుచుండిన సొదగుంపా నీకు చరదీపికా సహస్రములు?
నాథా! నీ రాజసం బెందుఁ బోయినది? నీ తేజంబెందు దాగినది? జీవితేశ్వరా!
అశ్రాంతంబు పాదాక్రాంతులై నమస్కరించు సామంతులెల్ల నీ కిప్పుడేల
యడుగులకు మడుగు లొత్త కుండిరి! కరపల్లవంబుల బంగారు పళ్ళెరంబుల బట్టి
పురంధ్రీ జనంబు నీకేల నీరాజనంబుల నెత్తకుండె! నీ సత్యసంభాషామనీషం
గుఱించి ప్రబంధముల నుడువు వందిమాగధ జనంబెందు బోయె!
రాజచూడామణీ!

సీ. పసిఁడిమేడలలోన వసియించు ప్రభునకా
కటకటా! యీ వల్లకాటి వసతి
కనుసన్న దొరలచేఁ బనులందికొను మీక
యీ నికృష్టపు మాలవాని సేవ!
అలరుఁ దేనియలతో నారగించెడు మీకా
యకట! శవాల పిండాశనంబు
జిలుగు బంగారు దుస్తుల ధరించెడు మీక
పొలుసు కంపొలయు నీ బొంతకోక!

కనుల మీ యిట్టి దుస్థితిం గనిన నాకుఁ
జావురాకున్న దెంతని సంతసింతు!
హా హరిశ్చంద్ర! సార విద్యాఫణీంద్ర
బుధజన మనశ్చకోర సంపూర్ణచంద్ర!

ప్రాణేశ్వరా! మన విపత్పరంపరకే నాఁటి కంతము లేక పోయెనే? నన్ను
విక్రయించుటచే విశ్వామిత్రుని ఋణబాధ నిరవశేషముగాఁ దొలంగి యెక్కడనో

మీరు కొంత సుఖముగా నున్నారని దలంచితిఁ గాని నాకు సంభవించిన దాస్యమున కంటె వేయిమడుంగు లెక్కుడు నీచంబగు నీచండాల సేవావృత్తియందుఁ జిక్కియున్న మీ కడకుఁ జనిపోయిన లోహితాస్యుని కళేబరముతో నిటుల వచ్చెదనని యొక్క నాఁడు దలంపనైతినే? నృపసార్వభౌమా! ధైర్యము వహించి యొక్క మాటైన నాడుము.

హరి - ఏమీ! నీవు చంద్రమతివా? అయ్యో! వీఁడు నా కొడుకు లోహితాస్యుఁడా! (కుమారునెత్తుకొని)

శా. హా! సూర్యాన్వయవార్ధి కౌస్తుభమణీ! హా! సద్గుణాంభోనిధీ!
హా! సౌందర్యనిరస్త మన్మథశతా! హా! పూర్ణచంద్రాననా!
హా! సల్లక్షణ లక్షితాంగ లలితా! హా! మత్తభృంగాలకా!
హా! సేవాపరతోషిత ద్విజమణీ! హా! లోహితా! హా! సుతా!

తండ్రీ! పలుకవేమి? నిన్ను దుస్సహంబగు సేవకావృత్తి కప్పగించిన కిరాతుండైన నిన్ను గన్న తండ్రిని నన్నొక్కమాఱు ఱెప్పలెత్తి చూడుము, నాయనా! నీవప్పుడే స్వర్గయాత్రం బట్టుటకు నీకేమి నూఱేండ్లు నిండినవా, కొడుకా! లోహితా?

సీ. మోయలేదింకను మూఁపు కాయలుగాయ
        సర్వ సర్వంసహా చక్రతలము
ప్రాయలేదింక గర్వాయత్తుల జయించి
        యఖిలదిక్కుల విజయాక్షరముల
నిలుపలే దింక సత్కులకాంతను వరించి
        సింహాసనమున నీ చిన్ని సుతుని
సలుపలే దింక నిర్జరకోటి మెచ్చఁగా
        నశ్వమేధాది యజ్ఞాదికములఁ

గన్న తల్లిదండ్రులగు మాకు నిన్ని నీళ్ళు
విడువవలసిన పనిగూడ నడుపలేదె
యిన్ని పనులున్నవే నీకు మన్నెఱేఁడ!
యెందుకీ జాడ? లేచిరా యందగాడ!

చంద్ర - జీవితేశ్వరా! ఇకనెక్కడి కొడుకు! మీరు ప్రాకృతునివలె శోకాంధకారంబున మునుంగఁ దగదు. ముందు జరుపఁ దగిన కుమారుని దహనవిధి కుపాయమేదైన నున్నచో బరిశీలింపుడు. బ్రొద్దుబొడువకమున్న పోయి కంటి కగపడకున్న మా దొరసాని కాలకంటకి యాజ్ఞనుల్లంఘించిన దాననగుదును.

హరి - దేవీ! నిర్భాగ్యుఁడనై చండాలదాస్యంబునఁ బొట్టపోసికొను నేను నీకే యుపాయమున సహాయము చేయఁగలను? చెప్పుము?

ఉ. అందటి కెట్టివో స్వవిషయంబున నట్టివె కాటి చట్టముల్
నందనుఁడంచు వీనిఁ గరుణం గని యేలినవాని యాన మీ

అందగునా? సతీ కనికరమ్మున కింత యెడమ్ము లేదు మా
డం దొర కీక యిప్పు డిచటన్ జితిఁ బేర్చుట కేను గర్తనే?

కావున నెట్లయిన మీ దొరసాని నడిగి మా స్వామికీయవలసిన మాడయుం బాతయు సంపాదించుకొనిరమ్ము. ఇప్పుడు నా చేతనైన సహాయము నాకిందురావలసిన పిండాశనము మానుకొనుట దక్క వేఱొండులేదు.

చంద్ర - హా! విధీ! యెంతవాని కెంతటి దురవస్థం దెచ్చి పెట్టితిని? నాథాఁ! యిట్టి యిక్కట్టులందును మీరు ధర్మపథంబు దొలగనందులకు నాకు సంతసమే కలుగుచున్నది. నేను మాదొరసాని కడ కేగి మాడయుఁ బాఁతయు నడిగెదను. ఆవిడకా కాసంత దయగూడఁ గలుగకున్న విధి యెట్లు విధించెనో యట్లగుఁ గాక!

హరి - శీఘ్రముగఁ బొమ్ము. అంతదనుక. గుఱ్ఱవాని కళేబరము నేఁ జూచు చుండెద.

(చంద్రమతి నిష్క్రమించును)

హరి - (కుమారుని ముందుంచుకొని) హా! హా! ఎంతఘోరము సంభవించినది? కొడుకా, లోహితా!

మ. చతురంబోధి పరీత భూతధరిణీ సామ్రాజ్యసర్వస్వ సం
తత ధౌరేయుండవయ్యు నీ వొకని యింటం గూటికై బంటపై
యతి నైచ్యంబు వహించి దిక్కు సెడి యిట్లైనాడ వేమందు నీ
బ్రతుకీ నాటికి తెల్లవారె గద పుత్రా యిన్ని బన్నాలతోన్.

తండ్రీ! నీ ప్రాణమునకా కాలసర్పమెక్కడ దాపురించెను? నిన్నుఁ గన్న తల్లిదండ్రులెన్నో దుఃఖంబు లనుభవింప రాళ్ళవలె బ్రతికియుండ నీవు దిక్కులేక యేకాకివై తుదకిట్లు దుర్మరణంబు పాలైతివే?

శా. నిన్నా పన్నగ ముగ్రతం గఱవ దంష్ట్రం దల్లిన్ జీరియే
మన్నావో యపుడెంత బాధపడితో హా! పుత్రకా! నాకునై
యెన్నో బన్నములందినావు తుదకిట్లేకాకివై పోవ నేఁ
గన్నారం గననైతి నీ యెడఁ గృతఘ్నుత్వంబు పాటించితిన్.

ఇంక దుఃఖించి యేమి ప్రయోజనము. నీవు దీర్ఘాయుష్మతుఁడ వగుదువని నుడివిన కాలజ్ఞుల పల్కులే నిక్కంబు లగునేని నీకిన్ని కష్టములు రాకుండు. కాటిపన్నునకై పోయిన దేవి యింకను రాకున్నదేమి? దెల్లవాఱినదే? ఏమా కలకలము?

(తెఱలోఁ గలకలము) ఓహో పురజనులారా! మన రాజుగారి యింట దొంగతనముచేసి ధనాశచే రాచబిడ్డం జంపిన యీ శిశుహంత్రిని దలఁగోయ వలసినదిగా రాజాజ్ఞయైనది కనుక దీనిని వధ్యశిల యొద్దకు దీసిగొని పోవుచున్నాము. హరి - (ఆకర్ణించి) రాజభటులిక్కడికే వచ్చుచున్నారే!

భటు - (ప్రవేశించి) ఓయీ, వీరదాస! రాజు నాన మేరకీ బాల హంత్రిని దలనఱక మీ వీరబాహు నీ కుత్తర మిచ్చినాడు. ఇదిగో నాతని యానవాలు. దీని నింక దల నఱకుము.

హరి - (స్వగతము) ఏమిది? నా కన్నుల కేమైన భ్రమ కల్గెనా? నిక్కువముగానే చంద్రమతిని జూచు చున్నానా? ఈ శిశుహంత్రి చంద్రమతియా? (ప్రకాశముగా) అయ్యలారా! మీరు నేరస్థాపనయందుఁ బొరపాటు పడలేదు గద? తిన్నగ నాలోచింపుడు.

భటు - ఏమోయీ! మహారాజుగారి యాజ్ఞకే యెదురు చెప్పుచున్నావు? నీకీ యధిక ప్రసంగ మెందులకు? వెంటనే రాజాజ్ఞ నిర్వర్తించుము. మేఁమిఁక బోవుచున్నాము.

(నిష్క్రమింతురు)

హరి - (చంద్రమతిని సమీపించి దుఃఖముతో)

శా. హా కాంతా! జగదేక పావనివి యీ యన్యాయపు న్నిందనీ
కా కల్పించుట? రాజు నిర్దయుడె యోగ్యాయోగ్యములూన్పడఁడే?
లోకంబంతయు నస్తమించెనె? దయా ళుండైన దేవుండు లేఁ
డే కాపాడఁగ? గర్మసాక్షి పయిలేడే సర్వముం జూడఁడే?

చంద్ర - నాథా! దుఃఖింపకుఁడు. దైవము లేకేమి? పూర్వజన్మ సంచిత పాపఫలంబున నిజమో యబద్ధమో కాశీపురాధీశ్వరునిచే శాశ్వతమైన యీలాటి

నింద యారోపింపబడి స్వచ్ఛమైన నీ కులంబున కెల్ల నొక కళంకంబు దెచ్చిన పాపాత్మురాలనైతి.

హరి - ఏమీ! జగదేకపావని వగు నీ యందే యొక నీచుఁడు నిందారోపణ మొనరించెనా? ఎట్లు?

చంద్ర - నాథా! అవధరింపుము. అట్లు మీచే సెలవందికొని పోవుచుండగా నొక బాలశవము నా కాలికి దగిలెను. అంత మతి చలించిన దానినై యా కళేబరము మన లోహితునదేమో నని పరీక్షించుచుండ యమకింకరులంబోలిన రాజభటుల చ్చోటికి వచ్చి "ఓసి పాపాత్మురాలా! రాచబిడ్డనేల చంపితి" వని నగలమూట నొకదానిని నాయొడిం బడవైచి దొంగచిక్కెనని నన్ను దన్నుచు రాజసాన్నిధ్యంబునకుం గొంపోవ నతం డతికుపిత మనస్కుండై నా తల నఱుకుమని యాజ్ఞాపించె, ఇదియే నా నిందకుఁ గారణము.

హరి - అకటకటా! ధర్మమున నేఁటికెంతటి దుస్థితి సంభవించినది. తన చిత్తంబు మెప్పింపవలయునని సేవకు లెవ్వరి పైననో నేరమారోపించి తన యెదుట నిల్పినతోడనే న్యాయాన్యాయములు విచారింపకుండ నిరపరాధులఁ గూడ సాపరాధులఁ జేసి, శిక్షించుచుండిన యీలాటి రాజులుండిన నేమి? మండిన నేమి? దేవీ, చంద్రమతీ! నేఁటితో మన యాశాబంధము గూడ దీరిపోయినది. నేనింక నా స్వామి యాజ్ఞ నెఱవేర్పక తప్పదు గదా! ఇదిగో, ఖండితులైన యపరాధుల రక్త పంకముచే నెఱ్ఱనై యున్న యీ వధ్యశిల నీ వింక నారోహింపుము. కులకాంతను నిన్నొక్కనికి విక్రయించిన యీ కృతఘ్నునకు స్త్రీ హత్యా పాతకము గూడ రాఁదగ్గదే!

చంద్ర - (వధ్యశిల నారోహించి) నాథా! మీరింక నాకై చింతింపకుడు. మీ రెఱుగని ధర్మము లేదు గదా! నన్ను జంపుట వలన సంభవింపగల పాపము నిరపరాధుల శిక్షించు నీ కాశికాపురాధీశ్వరు జెందుగాని మిమ్మంట నేరదు. అదిగాక, రాచబిడ్డను జంపితినను నీచమైన నిందను మోసిన నేనింక బ్రతికి మాత్రమేమి

ప్రయోజనము. ఎక్కడనో నీచపు జావు చావకుండగా జీవితేశ్వరులగు మీ చేతనే చావఁ గలిగినందులకు నేను బూజ్యురాలనే. మీరింక నిష్కళంకచిత్తమున మీ సత్యనిరూఢి వేల్పులెల్లం బ్రశంసింప నా తలద్రుంచి మీ స్వామి యాజ్ఞ నెఱవేర్పుడు. ప్రాణపతీ! నా కడసారి వందనమందుకొనుడు.

హరి - హా! హా!దుర్భరము దేవీ! నీవెంత చెప్పినను నాకూఱట జనించుటెట్లు?

సీ. నీవేకదా నాకు నిఖిలేప్సితంబుల
 నవగతంబు లొనర్చు కల్పలతవు
నీవుగదా నాకు నిత్యసత్యయశంబు
 దరిచేర్చుచుండెడు ధైర్యలక్ష్మి
నీవెకదా ఘోర దావానలమునుండి
 మమ్ముఁ రక్షించిన మానవతివి
నీవె గదా మౌని ఋణబాధఁ దొలఁగించి
 పరువు నిల్పిన యట్టి భవ్యమతివి

గీ. నీవెకా నానిధానంబ నీవెకావె
 నాకులవిభీషణంబవు నీవెకావె
 అమరునే నాకు వేయి జన్మములకైన
 నిన్ను వంటి సతీమణి నెలఁతమిన్న?

చంద్ర - నాథా! దుఃఖం బుపశమింపుడు.

హరి - ఇదిగో! నేను దుఃఖము విడిచిపెట్టినాఁడను.

గీ. మాననీమణి! గతమెల్ల మఱచిపొమ్ము
పదిలపఱుపు మేకాగ్రత హృదయవృత్తి

భక్తికడసారి నా భగవంతుని గూర్చిం
నేత్ర యుగ్మంబు మోడ్చి ధ్యానించుకొమ్ము

చంద్ర - పరమేశ్వరా! దీనబంధూ! దయాగుణసాగరా! విశ్వనాథా!

మ. ఇదియే నాకడసారి ప్రార్థనంబు తండ్రీ సర్వభూతేశ నే
నెద వే మోక్షపథంబుఁ గోరనిఁక నెన్నే జన్మముల్ నాకు నీ
వొదవుం జేయుదు వన్ని జన్మముల కెట్లో నిత్యసత్యవ్రతున్
సదసత్కార్యవిచారధీరుని హరిశ్చంద్రుం బతిం జేయుమీ!

ప్రాణేశ్వరా! నే నీ జన్మమున నీ కొనరించు కడపటి నమస్కార మిదియే. ఇంక రాజాజ్ఞ నిర్వర్తింపుడు.

హరి - ఆహా! నా నాటకంబునకు నిర్వహణసంధి నా భార్య వధ విధానంబుతో ముగియుచున్నది గదా! అయ్యో! నేనెంత ఘోర పాతకుండను! పాలవంటి కులంబెల్ల నా కులంబొనరించి యొక్క చండాలుని దాస్యం బంగీకరించినది చాలక శరణాగతులగు వారిపైనను స్త్రీజనంబుపైనను గృపాణమెత్తక రక్షింతునను నా ప్రతిన గూడ భంగము గావింప, జేపట్టిన కులకాంతను నిరుపమాన పవిత్రతాలలామను చేతులార దలగోయ సాహసించుచున్నాను. అయ్యో! స్వామియగు వీరబాహుడు నన్నే యీ కార్యమునకేల నియమింపవలయును? తానే రాజాజ్ఞ నిర్వర్తించిన నాకింత సంతాపము లేకుండుగదా! దైవమా! ఇన్ని దుఃఖములతో నన్నింత కాలము బ్రతుకనిచ్చిన దిట్టి స్త్రీ హత్యాపాతక మొడిగట్టుటకా? కటకటా! భూదేవీ! స్త్రీ హత్యకు గూఁడ బాల్పడిన యీ చండాలుని ప్రాణంబుల బోకార్చి నీ భారము కొంత తగ్గించుకొనరాదా? భగవంతుడా, లోకబాంధవా! నీ వంశమెల్ల నిట్లపకీర్తి పాలుచేయుచున్న యీ నీచ హరిశ్చంద్రుని నీ సహస్రకిరణంబులచేత భస్మీభూతునిగాఁ జేయలేవా? మునిజన గరిష్ఠా, వశిష్ఠా! ఈ నీ శిష్యుని పాపకర్మంబుల గన్నార జూచుచుండియు బ్రళయకాల

నిర్ఘాతసమమైన నీ శాపవాక్కును విడువకున్నావేమి? ఛీ! ఛీ! దక్షిణహస్తమా! నీవు దినక్రమమున సుకృతములన్నియు మంటగల్పించుకొని తుదకేమి కానున్నావు?

ఉ. కమ్మని యాలనేత మునుగన్ సవనాగ్నిని దృష్టిసేయు పు
ణ్యమ్ము సగమ్మణంగె మసనమ్మునఁ బీనుగు లంటుటన్ వివా
హమ్మున నేసతిన్ విడువనంచు స్పృశించితో తచ్చిరమ్ము నా
కొమ్మను జంప నా సగము గూడ నశింపదే పాప హస్తమా!

ఖడ్గమా! నీ వెంత యపకృతికి బాల్పడుచుంటివి?

చ. విడిచితి రాజ్యమైన సరవిం గులకాంతనునైనం గన్న యీ
కొడుకును నైన! నిన్ను ననుజంగతి జూచితి గాని ఖడ్గమా!
కడ కిటు వల్లకాటి కధికారము వచ్చిన యప్పుడైన నిన్
విడువనె యీ కృతజ్ఞతయు వీడి వధింతువె నా సతీమణిన్.

ఛీ! ఏమి నా మతి చాంచల్యము? పవిత్రమైన సత్యవ్రత రక్షణార్థము నే నిప్పుడెంత సాహసమైన నాచరింపవలసినదే కావున,

సీ. హృదయమా! సతికి నా ఋణమెల్ల సరిపోయె
నీ కేటియాశ యీ నెలత పైన
మోహమా! నీ కాలము గతించె మా చెంత
బ్రతుకు మెందేని దంపతుల పొంత
దుఃఖమా! నీ వున్న దొసగు తప్పదు మాకు
దొలఁగ పొమ్మింక నా తలపు వీడి

ఖడ్గమా! మానినీ కంఠరక్తము గూఁడ
జవి చూడఁ గలవు నిశ్చలతఁ గొనుము

గీ. సత్యమునకయి యీ హరిశ్చంద్రు వంశ
మంతరించెడు గాక శ్రీ హరుని మీఁద
మనసు గుఱిచేసి, హా! చంద్రమతీ! త్వదీయ
కంఠ మర్పింపు నీ పతి ఖడ్గమునకు.

(అని కత్తి నెత్తగా హఠాత్తుగా విశ్వామిత్రుడు ప్రవేశించి నివారించి)

భళి! భళిరే హరిశ్చంద్రా! చాలుచాలు! నీ సాహసకృత్యంబు. ఛీ! ఛీ! నీవెక్కడనో రాకాసికి జన్మింపవలసినవాడవు. నీ ముఖముఁ జూచినఁ దురితము. విపక్షశిక్షాదక్షంబగు నీ కౌక్షేయము నేటి కీలాటి లతాతన్వుల జంపసిద్ధ పడెఁగా? ఆఱు నెలలు సాముచేసి మూల నున్న ముసలమ్మ నోడించి నట్లు నీ భుజబలం బీలాగుఁ గుసుమ కోమలులం జంపుటకు నక్కఱకు వచ్చెనుగా? నీ కులగురుండగు వసిష్ఠుండు నీకు ధనుర్వేదము నేర్పినదిందులకేనా? జగద్వంద్యమగు సూర్యవంశమున బుట్టి మావంటి వారికెల్లఁ దలవలంపులగు నట్లొక్క చండాలుని దాస్యంబునకుం జొచ్చుట చాల స్త్రీ హత్యకు గూడఁ బాల్పడితివిగా? దుర్మార్గుడా! సముచిత సాధ్వీమతల్లి యగు నీ యిల్లాలి జంపి నీవింకనే స్వర్గరాజ్యం బేలదలచితివి? ఇప్పటికైన నా మాటవిని సౌందర్యసీమలగు నా ముద్దు కూఁతులం బరిణయమాడుము. నీ దారపుత్రుల ప్రాణదానంబును, రాజ్య ప్రదానంబును ననుగ్రహించెద. వినుము, నా వాక్కులమృతముతో సమానములు సుమీ.

హరి - (నవ్వి) గాధేయా! ఈ నీతులు నాకవసరము లేదు గాని మీరింక నిక్కడ తొలగిపొండు. నా పూనిక మాన్పనింక మీ తరము కాదు. పొండు. పొండు.

విశ్వా - కానీ. నీ వనుభవించెదవు. (స్వగతము) నేనిప్పుడేమి సేయుదును?

హరి - దేవీ! సిద్ధముగా నుండుము.

విశ్వా - (తత్తరముతో) హరిశ్చంద్రా! ఈ పాటికి శాంతింపుము. నీ గురువే జయించెను, నేనే యోడితిని.

హరి - అయ్యా! మీ మాటలు నా కర్థము కావు. గురువేమో, జయమేమో నేనెఱుగను. పొండావలకు.

విశ్వా - (దిక్కులకుం బరిగెత్తుచు) నక్షత్రకా! నేనిప్పుడేమి సేయుదునురా? ఓ దేవేంద్రా, మీరైన హరిశ్చంద్రుని వారింపుడు. హరిశ్చంద్రా! శాంతింపుము.

శా. సత్యశ్రీనిధివైతి! నీగురు ప్రతిజ్ఞావాక్యము ల్సెల్లె! స్త్రీ
హత్యాదోషము గట్టుకోకు! మిపు డార్యాభర్త విశ్వేశుడే
ప్రత్యక్షంబగు నీదు దేశికునితోఁ బాలింపుమా నన్ను బ్రా
ణత్యాగం బొనరింతు లేనియెడ నన్యాయంబుగా నీకునై.

(మరల దిక్కులకు బరుగెత్తి)

శా. నేరంబుల్ దిగమ్రింగి కాళ్ళఁ బడినన్ వేధింతువేమి వసి
ష్ఠా! రా యిప్పుడు పెండ్లి వారి నడక ల్సాగింపకయ్యా! మహేం
ద్రా! రాజిప్పటికే తెగించి తన కార్యం బెల్ల నెగ్గించె నే
మో? రారండికఁ జచ్చు దాక బిగియుంపుల్లూడ నెవ్వారికిన్.

ఓ కాశీ విశ్వనాథా! నీవైన నీ రాజేంద్రుని వారింపుము.

(పార్వతీ సహితుడై పరమేశ్వరు డింద్ర వసిష్ఠులతో బ్రవేశించును) హరి - (ప్రాంజలియై)

మానినీ వృత్తము

జయ జయ సురగంగా సంగతస్ఫోత్తమాంగా!

జయ జయ శరధినిషంగా శైలజాతాభిషాంగా!

జయ జయ వృషభతురంగా! సాధుచిత్తాబ్జభృంగా!

జయ జయ ధవళాంగా! సంతతానందసంగా!

మహాత్మా గిరీశా! నమస్కారము మహేంద్రా! వందనము గురూత్తమా! అభివాదము.

వసి - వత్సా! హరిశ్చంద్రా, నీయెడ పరమేశ్వరుఁడు ప్రసన్నుడయ్యె నీ కిఁక గష్టములు తొలగినవి.

పార్వ - చంద్రమతీ! పతివ్రతాతిలకంబగు నీచే లోకమంతయుఁ బవిత్రమైనది. నీ కేమి వరములు కావలయునో కోరుకొనుము.

చంద్ర - అమ్మా! మీరు ప్రసన్నత జెందిన నీయరాని దేమున్నది? చనిపోయిన రాచబిడ్డను బ్రతికించి నాయపవాదము బాపుము.

పార్వ - సాధ్వీమణీ! నీ ధర్మమునకు మెచ్చితిఁ, రాచబిడ్డతోగూడ నీకుమారుడు సజీవుండగు గాక! లోహితాస్యా లేచిరమ్ము! (లేవనెత్తును)

(తల్లి దండ్రులు కౌగిలించుకొందురు)

లోహి - మిత్రులారా! నే గోసిన కుశలెక్కడ?

పర - కుఱ్ఱా! నీ గురువులకు జేరినవి, తొందరపడకుము. హరిశ్చంద్రా! నీవిఁక రాజధాని బోయి పట్టభద్రుండవగుము.

హరి - అయ్యా! చండాలదాసుడనైన నాకింక రాజ్యమెందులకు? మీ దర్శన భాగ్యము లభించె జాలదా?

విశ్వా - హరిశ్చంద్రా! సత్యవ్రతము పరీక్షింప నేనే నీకిన్ని కష్టములు దెచ్చిపెట్టితిని. ఇది యంతయు నా మాయా కల్పితము. చూడు.

గీ. కడకు నిను దాసునిగ గొన్న కాటిఱేడు
పరయముడు గాని కడజాతి వాడు గాఁడు
ఇప్పుడు నీవు వసించెడు నిప్పొలంబు
సపనవాటంబు గాని మసనము కాదు.

మఱియు

క. పనికత్తెగ నీ వనితం
గొనినాతఁడు బాలచంద్ర కోటీరుఁడు గాక
నిజముగా విప్రుఁడుగా
డనఘా! హర సేవ దొరకు నా యన్యులకున్?

కావున మరల నీ రాజ్యము నీవు గ్రహించి నన్నుం జరితార్థుని జేయుము.

వసి - వత్సా! ఈ విశ్వామిత్రుని ప్రార్థన మంగీకరించుము.

హరి - గురూత్తమా! ఇమ్మహనీయుడు ప్రార్థింపవలయునా!

పర - విశ్వామిత్రా! నీ చేతిలో గిరీట మాతని శిరం బలంకరింపుము.

దేవే - గాధేయా! నాఁడు సకల మునిగణంబుల సమక్షమునఁ జేసిన ప్రతిజ్ఞ చెల్లించుట కిదియే యదను. కావున నీ పరమేశ్వరాజ్ఞ శిరసావహించి నిత్య

సత్యవ్రతుండగు నీ హరిశ్చంద్ర చక్రవర్తిని జేతులార బట్టాభిషేక్తుం జేసి నీ తపశ్శక్తి యంతయు ధారబోయుము.

విశ్వా - (అట్లుజేసి) ఇదిగో నా తపశ్శక్తి యంతయు ధారబోయుచున్నాను. పరిగ్రహింపుము.

వసి: విశ్వామిత్రా! ఇప్పటికైనా నెవరు గెల్చిరో చెప్పుము.

విశ్వా - చాలు, చాలు. విశ్వామిత్రుడు నీకోడెనని తలంచుచున్నావు కాబోలు! సాటి రాచ బిడ్డయగు మా హరిశ్చంద్రుని సత్యయశముం బ్రకటింప నుద్దేశించి సఫలీకృత మనోరథుండమగు మాకు బరాజయ మెక్కడిది? ఇన్ని కష్టముల పడకున్న నితని కీర్తి లోకమున కెట్లు వెల్లడి యగును?

హరి - నిజము. ఇమ్మహనీయుని వచనంబులు యథార్థములు. చూడుఁడు

గీ. కరగినను గాని పసిడికి గాంతి రాదు
తఱచినను గాని పాల జేకురదు వెన్న
యొరసినను గాని మణికైన నొఱపు రాదు
ఇడుములనుగాని నరున కేర్పడదు కీర్తి.

దేవేం - విశ్వామిత్రా! నాడు నేను సభలో

గీ. సరసులగు పండితుల విమర్శనము లెల్లం
గడచినదె కద నిర్దుష్ట కావ్యమగును
తన కళత్ర సుత ప్రాణ ధనములుడుగ
సమయమున నిల్చి యున్నదే సత్యనిష్ఠ.

అని వక్కాణించిన దిందుకే. పర - హరిశ్చంద్రా! నీ కింకేమి కావలయును?

హరి - దేవా! నేనింక గోరందగిన దేమున్నది?

మ. తనయుండా త్తనయుండు దుర్విష లసద్దర్వీకరగ్రస్తుడై
మనియెన్! జెట్టున కొక్క పక్షిగతి సంసారంబు నిర్భిన్నమై
చనినన్ జేరితి నాలు బిడ్డల! నికృష్టంబైన దాస్యంబు వా
సె ననిర్వాచ్యఫలంబు దక్కె? నశియించెన్ దుష్టనిందావళుల్.

అయినను దేవర ప్రసన్నతఁ జెందితిరి కాన నిట్లగుగాక.

మంగళమహాశ్రీ వృత్తము.

శ్రీ లొసఁగ ధారుణ సశేషమగు పంటలు విశేషముగ బండెడి ధరిత్రీ
పాలకులు రాష్ట్రముల బాడిమెయి నేలుదురపార కరుణారససమృద్ధిన్
జాలఁగ వసుంధర నసత్యము నశియించుటను సత్యమె జయంబు వహించుచున్
ధీలలితులైన కవి ధీరుల యభీష్టములఁ దీర్చెదరుగాక నృపమౌళుల్.

పర: తథాస్తు.

(అందఱు నిష్క్రమింతురు)

గద్యము: ఇది హరితసగోత్ర పవిత్రనృసింహ మనీషి వరపుత్త్ర బుధ జనవిధేయ లక్ష్మీకాంత నామధేయ ప్రణీతంబైన శ్రీ హరిశ్చంద్రీయ నాటకంబున సర్వంబును సంపూర్ణము.

****

సత్య హరిశ్చంద్రీయము								బలిజేపల్లి లక్ష్మీకాంతం

Made in the USA
Monee, IL
22 August 2025

23935692R00046